கணினி... கவனி...

கணினி... கவனி...

எ‌ன். சொக்கன்

Title: Kanini... Kavani...
Author's Name: N Chokkan
Copyright © N Chokkan
Published by ZDP Specifics

(An imprint of Zero Degree Publishing)
No. 55(7), R Block, 6th Avenue,
Anna Nagar,
Chennai - 600 040

Website: www.zerodegreepublishing.com
E Mail id: zerodegreepublishing@gmail.com
Phone: 89250 61999

ZDP Specifics First Edition: August 2022
ISBN: 978-93-93882-61-5
TITLE NO EP: 20

Cover Design & Layout: Vijayan, Creative Studio

பொருளடக்கம்

1. கம்ப்யூட்டர் முயல்

மாலைச் சூரியன் மறைய யோசித்துக்கொண்டிருந்த நேரம். ஜிலுஜிலுவென்று நன்றாகக் காற்று வீசிக்கொண்டிருந்தது. எங்கிருந்தோ ஸ்பீக்கரில் பாட்டுச் சத்தமும், கோயில் ஒன்றில் மணி அடிக்கிற ஒலியும் ஒன்றுக்கொன்று போட்டிபோல் தொடர்ந்து கேட்டபடியிருந்தது.

அந்தப் பூங்காவின் புல்வெளியில் சில சிறுவர் சிறுமியர் ஸ்டம்ப் நட்டு கிரிக்கெட் விளையாடிக்கொண்டிருந்தார்கள். திடீரென்று ஒருவன் பந்தை ஓங்கி அடிக்க, எங்கோ தூரத்தில் ஓடி மறைந்தது அது.

உடனே, பந்தைத் துரத்திக்கொண்டு நான்கு பேர் ஓட ஆரம்பித்தார்கள். ஆனால், அவர்களுக்கு விளையாட்டுக் காட்டுவதுபோல் இன்னும் வேகம் அதிகரித்துக்கொண்டு ஓடியது அந்தப் பந்து.

சிறிது நேரத்தில் அவர்கள் வெகுதூரத்திலிருந்த பூங்காவின் இன்னொரு மூலைக்கு வந்திருந்தார்கள். இங்கிருந்து பார்த்தால், கிரிக்கெட் விளையாடுபவர்கள் யாருமே கண்ணில் படவில்லை.

சாதுவாகப் புல் தரையில் கிடந்த பந்தைக் கையில் எடுத்துக்கொண்டான் அஷ்வின். சற்றுமுன்வரை, பூதம் புகுந்துகொண்டதுபோல் அதிவேகமாகத் துள்ளியோடிக் கொண்டிருந்த பந்துதானா இது என்று ஆச்சரியமாகப் பார்த்தான் அவன்.

'டேய், அஞ்சு நிமிஷம் ரெஸ்ட் எடுத்துட்டு மறுபடி ஓடலாம்டா', என்றான் குண்டு பூபதி, இதைச் சொன்ன கையோடு சட்டென்று புல்வெளியில் விழுந்துவிட்டான் அவன்.

'சரியான சோம்பேறிடா இவன்', என்று மற்றவர்கள் அவனைக் கிண்டலடித்தாலும், இத்தனை தூரம் ஓடி வந்ததால் அவர்களுக்கும் கொஞ்சமாவது ஓய்வு தேவைப்பட்டது. ஆகவே, எல்லோரும் அவனருகே சுற்றி அமர்ந்துகொண்டார்கள்.

சிறிது நேரத்தில், எல்லோருக்கும் மூச்சிரைப்பு குறைந்தது. குளிர் காற்று அவர்களுடைய வியர்வையைத் துடைத்துவிட்டது. பழையபடி கலகலவென்று பேச ஆரம்பித்தார்கள்.

'மொட்டை மாதவன் எங்கேடா?', என்றான் அஷ்வின், 'எப்பவும் நம்மகூடவே ஓடி வருவானே'

'இந்த பூதத்துக்கு பயந்து ஒதுங்கிட்டான்போல', என்றபடி அவனிடமிருந்து பந்தை வாங்கிப் பார்த்தாள் மேகலா. இந்தச் சாதாரணப் பந்து ஏன் திடீரென்று அப்படிப் பேய் பிடித்தாற்போல் ஓடியது என்று அவளுக்கும் காரணம் புரியவில்லை.

இவர்களுடைய அரட்டைப் பேச்சில் கலந்துகொள்ள விரும்பாத ப்ரியா, பாக்கெட்டிலிருந்து ஒரு சிறிய புத்தகத்தை எடுத்துக்கொண்டாள், 'Alice In The Wonderland' என்ற குட்டிப் புத்தகம் அது. ஆலிஸின் அற்புத உலகத்தை வண்ண வண்ணப் படங்களோடு அழகாக விவரித்தது.

'ப்ரியாவின் புத்தகத்தைச் சற்றே எட்டிப் பார்த்த மேகலா, 'சுத்த போர்' என்று சலித்துக்கொண்டாள்.

'அச்சச்சோ, பிரமாதமான புத்தகம்ப்பா இது', என்றாள் ப்ரியா, 'படமெல்லாம் எவ்ளோ சூப்பரா போட்டிருக்காங்க பாரேன்', என்று அவளிடம் நீட்டினாள்.

'ப்ச், கலர்கலரா படம் வரைஞ்சு என்ன புண்ணியம்? ஒரு படம்கூட அசையமாட்டேங்குதே', என்றாள் மேகலா, 'இந்தப் படமெல்லாம் தானே அசைஞ்சு, ஆடி, பாட்டுப் பாடி கதை சொல்றமாதிரி இருந்தா எப்படி இருக்கும்?'

'ஹலோ மேடம், அதுக்கு நீங்க பேசாம டிவியில கார்ட்டூன் பார்க்கலாம்', என்றான் அஷ்வின், 'புக்ஸ்ல வர்ற கேரக்டர்ஸ் எதுவும் அசையாது, அசையமுடியாது.'

'எங்க வீட்டு கம்ப்யூட்டர்ல இதேமாதிரி ஒரு புக் இருக்கு, அதில வர்ற பொண்ணு, தன்னோட கதையைத் தானே சொல்லுவா, தெரியுமா?', கண்கள் விரியச் சொன்னாள் மேகலா, 'பாட்டு, வீடியோ, டான்ஸ், கிராஃபிக்ஸ், கேம்ஸ் எல்லாம் உண்டு அந்த புக்ல.'

'கம்ப்யூட்டர்ல்யா?', ஆச்சரியத்தோடு கேட்டாள் ப்ரியா, 'அது கணக்குப் போடற பொம்மை இல்லையா?'

'யார் சொன்னது? கம்ப்யூட்டர்ல நாம என்னென்னவோ செய்யலாமாம், எங்கப்பா சொன்னார்', என்றாள் மேகலா, 'பாடம் படிக்கலாம், ரைம்ஸ் கேட்கலாம், ஹோம்வொர்க் செய்யலாம், படம் வரையலாம், சினிமா பார்க்கலாம், இருந்த இடத்தைவிட்டு நகராம கிரிக்கெட் விளையாடலாம், இப்படி இன்னும் நிறைய்ய்ய்ய்ய்ய இருக்கு.'

'இதெல்லாமே உங்கப்பாவுக்குத் தெரியுமா?', மற்றவர்கள் ஒரே நேரத்தில் கோரஸாகக் கேட்டார்கள்.

'ஓ, நல்லாத் தெரியும்', என்று பெருமையோடு சொன்னாள் மேகலா, 'அடுத்த சம்மர் ஹாலிடேஸ்ல எனக்கு எல்லாத்தையும் கத்துத்தர்றேன்னு சொல்லியிருக்கார் அவர்!'

'ஏய், ப்ளீஸ், நாங்களும் வரோம்ப்பா', என்று கெஞ்சல் பாதி, கொஞ்சல் பாதியாகக் கேட்டாள் ப்ரியா, 'எனக்கும் கம்ப்யூட்டர் கத்துக்கணும்ன்னு ரொம்ம்ம்ப ஆசை.'

மேகலா இதற்குப் பதில் சொல்வதற்குள், அவர்கள் உட்கார்ந்திருந்த பகுதிக்குச் சற்றுத் தள்ளி, நடைபாதையில் ஏதோ வித்தியாசமாகத் தென்பட்டது. உற்றுப் பார்த்தபோது, ஒரு முயல் குட்டி.

அந்த முயலின் முதுகில் ஒரு சின்ன கம்ப்யூட்டர் தொங்கிக்கொண்டிருந்தது. அதை முன்னால் இழுத்து, விறுவிறுவென்று ஏதோ தட்டிப் பார்த்த முயல், 'அடடா, ரொம்ப நேரமாயிடுச்சே', என்று பதற்றத்துடன் அலறியது.

இதற்குள் அஷ்வின், குண்டு பூபதி, ப்ரியா, மேகலா நான்கு பேருமே அந்த விநோத முயலைக் கவனித்திருந்தார்கள். ஆர்வத்தோடு அவர்கள் எழுந்துகொள்ள, 'பிள்ளைகளே, ரொம்ப ஸாரி, உங்களோட பேசறதுக்கு எனக்குச் சுத்தமா நேரம் இல்லை', என்றது அந்தக் கம்ப்யூட்டர் முயல்.

அவர்கள் எல்லோரும், இதற்கு என்ன பதில் சொல்வது என்று புரியாமல் விழித்துக்கொண்டிருக்க, அந்த முயலோ, 'அப்புறம் பார்க்கலாம், பை பை, சீரியோ, டாட்டா', என்று அழகாகக் கைகாட்டிவிட்டு, ஓட ஆரம்பித்தது.

பிள்ளைகள் நால்வரும் ஒரு விநாடிகூட யோசிக்கவில்லை, விறுவிறுவென்று அந்த முயலைத் துரத்திக்கொண்டு அவர்களும் ஓடத் தொடங்கினார்கள்.

அந்த கம்ப்யூட்டர் முயல் ஏதோ ரேஸ் சாம்பியனிடம் பயிற்சி பெற்றிருக்கும்போல. கண்ணிமைப்பதற்குள் சில அடி தூரத்தைத் தாவிக் கடந்து ஓடிக்கொண்டிருந்தது. அதைத் தொடர்ந்து ஓடுவது மிகவும் சிரமமாக இருந்தது.

சிறிது நேரத்துக்குப்பிறகு, பூங்காவின் இன்னொரு மூலைக்கு வந்திருந்த முயல், அவர்களைத் திரும்பிப் பார்த்துச் சிரித்தது,

மீண்டும் ஒருமுறை கை அசைத்து விடைபெற்றுக்கொண்டு, அங்கிருந்த ஒரு பொந்துக்குள் சட்டென்று குதித்து மறைந்துவிட்டது.

முயலைத் துரத்திக்கொண்டிருந்த நான்கு பேரில், அஷ்வின்தான் முதலாவதாக வந்துகொண்டிருந்தான். இப்படி திடீரென்று முயல் மறைந்துபோனதும், மற்றவர்கள் திகைத்துப்போய் நின்றுவிட்டார்கள். ஆனால், அஷ்வினால் தனது வேகத்தைக் கட்டுப்படுத்தமுடியவில்லை.

ஆகவே, கம்ப்யூட்டர் முயல் சென்று மறைந்த அதே பொந்துக்குள் சட்டென்று தவறி விழுந்துவிட்டான் அஷ்வின். அடுத்த விநாடி, அவனைக் காணவில்லை.

குண்டு பூபதி, ப்ரியா, மேகலா மூன்று பேரும் பயத்தோடு அந்தப் பொந்தின் அருகே வந்து, உள்ளே எட்டிப் பார்த்தார்கள், 'அஷ்வின்ன்ன்ன்ன்ன்', என்று சத்தமாகக் கத்தினாள் ப்ரியா.

ம்ஹூஉம், எந்தப் பதிலும் இல்லை.

2. பைனரி உலகம்

முயலைத் தொடர்ந்து பொந்தினுள் குதித்த அஷ்வினை, சரேலென்று வழுக்கிச் செல்லும் ஒரு சறுக்கு மரம் வரவேற்றது. தடுமாறிக் கீழே விழுந்திருக்கவேண்டியவன், அதன்மீது ஒருவழியாகச் சமாளித்து நின்றதும், ஜிவ்வென்று வேகம் பிடித்து ஓட ஆரம்பித்தது அந்தப் பலகை.

அஷ்வினுக்கு இருட்டு என்றாலே பயம். போதாக்குறைக்கு, இந்தச் சறுக்கு மரம் எங்கே சென்று முடியுமோ என்று நினைக்கையில் மிகவும் நடுக்கமாக இருந்தது அவனுக்கு.

சிறிது நேரத்தில், அந்தப் பாதைமுழுவதும் பளிச்செ்ன்று விளக்குகள் எரியத் தொடங்கின. ஒரு பெரிய குகையின் நடுவே தான்மட்டும் சறுக்கிச் சென்றுகொண்டிருப்பதைப் பயத்தோடு பார்த்தான் அஷ்வின்.

இந்தக் கம்ப்யூட்டர் முயல் எங்கே போச்சு என்று ஆவலோடு முன்னே எட்டிப் பார்த்தான் அஷ்வின். கண்ணுக்கெட்டிய தூரம்வரை எதுவும், அல்லது யாரும் தென்படவில்லை.

தொப்பென்று குதித்ததில் அஷ்வினுக்குக் கால் வலித்தது. அப்படியே உட்காரலாமா என்று யோசித்தான். ஆனால் ஏனோ பயமாக இருந்தது.

'உட்காரலாம், தப்பில்லை', அவன் மனத்தைப் படித்துவிட்டதுபோல் எங்கிருந்தோ அசரீரிக் குரல் கேட்டது.

'யா-யார் நீ?', நடுங்கியபடி கேட்டான் அஷ்வின்.

'என் பேர் பைனரியான்', என்றது அந்தக் குரல், 'நான்தான் இந்த உலகத்தோட மஹாராஜா.'

'உலகமா?', திகைப்போடு சுற்றிலும் பார்த்தான் அஷ்வின், 'இது என்ன உலகம்?'

'இதுதான் பைனரி (Binary) உலகம்', என்று அந்தக் குரல் சொல்லி முடிப்பதற்கும், சறுக்கு மரம் முடிவதற்கும் சரியாக இருந்தது. மெத்மெத்தென்று வெல்வெட் விரித்திருந்த ஒரு நாற்காலியில் சென்று விழுந்தான் அஷ்வின்.

அதீத வெளிச்சத்தில் அவனுக்குக் கண் கூசியது. சமாளித்து முன்னே பார்த்தபோது, கிட்டத்தட்ட அவனுடைய வயதில் ஒருவன் எதிரே உட்கார்ந்திருந்தான், கையில் பேனாபோல் சின்னதாக எதையோ வைத்திருந்தான்.

அட, மந்திரக்கோல், சட்டென்று சிலிர்த்துக்கொண்ட அஷ்வின், 'நீ - நீதான் ஹாரி பாட்டரா?', என்றான் ஆவலுடன்.

'இல்லைப்பா, நான் பைனரியான்', என்று சிரித்தான் அந்தப் பையன், 'இப்பதானே சொன்னேன், அதுக்குள்ள மறந்துட்டியா?'

அஷ்வினுக்கு மீண்டும் குழப்பமாகிவிட்டது. மந்திரக்கோலும் கையுமாக ஹாரி பாட்டர் சினிமாதான் பார்த்திருக்கிறான் அவன். இது யார் புதிதாக? 'பைனரி' என்றால் என்ன?

ஒன்றும் புரியாத கவலையோடு சுற்றிலும் பார்த்தான் அஷ்வின். அவன் உட்கார்ந்திருந்ததைப்போலவே இன்னும் மூன்று வெல்வெட் நாற்காலிகள் போடப்பட்டிருந்தன, 'இதெல்லாம் யாருக்கு?'

'உன் ஃப்ரெண்ட்ஸுக்குத்தான்.'

'ஐயோ, அவங்களும் பொந்துல தவறி விழுந்துட்டாங்களா என்ன?', என்று அஷ்வின் பதற்றத்துடன் கேட்க, 'இனிமேதான் விழப்போறாங்க', என்று மர்மமாகச் சிரித்தான் பைனரியான்.

குழப்பத்தில் அஷ்வினுக்குத் தலையே வெடித்துவிடும்போலிருந்தது, 'நான்தான் தவறிப்போய் விழுந்தேன், அவங்க ஏன் விழணும்?', என்றான் தவிப்போடு.

'எல்லோரும்தானே கம்ப்யூட்டர் கத்துக்கணும்-ன்னு ஆசைப்பட்டீங்க?', குறும்புச் சிரிப்போடு கேட்டான் பைனரியான்.

'ஆமாம்', என்று பெரிதாகத் தலையாட்டினான் அஷ்வின், 'ஆனால், கம்ப்யூட்டர் கத்துக்கறதுக்கும் இதுக்கும் என்ன சம்பந்தம்?'

'சொல்றேன் பொறு', என்று சிரித்தான் அந்த மந்திரக்கோல் சிறுவன், 'அதுக்குமுன்னாடி, பைனரி-ன்னா என்ன-ன்னு கேட்கமாட்டியா?', என்றான்.

அஷ்வினுக்குத் தன்னுடைய நண்பர்களை நினைத்துக் கவலையாக இருந்தது. என்றாலும், சும்மா பெயருக்குத் தலையாட்டி, 'சரி, சொல்லி, பைனரி-ன்னா என்ன?', என்று கேட்டுவைத்தான்.

'பைனரி-ன்னா ரெண்டு-ன்னு அர்த்தம்', என்றான் அந்தப் பையன், 'உங்க ஊர்ல மொத்தம் பத்து நம்பர் இருக்குதானே? அந்தமாதிரி, எங்க ஊர்ல ரெண்டே ரெண்டு நம்பர்தான்'

'ஏய் பொறு பொறு, எங்க ஊர்ல வெறும் பத்து நம்பர்-தான்னு உனக்கு யார் சொன்னாங்க?', என்று கோபத்தோடு கேட்டான் அஷ்வின், 'நூறு, ஆயிரம், லட்சம், கோடி-ன்னு இன்னும் பெரிசுபெரிசா ஏகப்பட்ட நம்பர்ஸ் இருக்கு, தெரியுமா?'

'சரிதான்', என்று இடுப்பில் கை வைத்துச் சிரித்தான் பைனரியான், 'நீ சொல்ற பெரிய நம்பர்ஸ் எல்லாமே, இந்தப் பத்து நம்பர்களோட தொகுப்புதான்ப்பா.'

'ம்ஹூம், எனக்குப் புரியலை', என்று குழப்பத்தோடு தலையைச் சொறிந்தான் அஷ்வின்.

'சரி, இப்போ உன்னோட வயசு என்ன?'

'பன்னிரண்டு.'

'வெரி குட்', என்ற பைனரியான், தன்னுடைய மந்திரக் கோலைக் காற்றில் அசைத்து ஏதோ செய்ய, அங்கே ஒரு கறும்பலகை தோன்றி, அதில் '12' என்ற எண் தானாக எழுதப்பட்டது.

இப்போது மீண்டும் மந்திரக் கோலைப் பெரிதாக மேலும் கீழும் அசைத்தான் அவன். உடனே, அந்தக் கறும்பலகை இரண்டாகப் பிளந்து, ஒருபக்கம் '1', இன்னொரு பக்கம் '2' எனப் பிரிந்தது.

இதை அஷ்வினுக்குச் சுட்டிக்காட்டியவன், '12-ன்னு நீ சொல்ற பெரிய நம்பர், 1 மற்றும் 2-ங்கற சின்ன நம்பர்களோட தொகுப்புதான், இல்லையா?'

'ஆமாம்', என்ற அஷ்வினுக்கு இப்போது ஏதோ புரிகிறாற்போலிருந்தது. தொடர்ந்து, 'இதேமாதிரி 125-ங்கற பெரிய நம்பரை 1, 2, 5-ன்னு பிரிக்கலாம், ஆயிரம், லட்சம், கோடி-ன்னு நீ எத்தனை பெரிய நம்பர் சொன்னாலும், அதை இப்படித் துண்டுதுண்டா உடைச்சுடமுடியும்', என்றான் பைனரியான்.

'அதாவது, உங்க உலகத்தில பயன்படுத்தற பெரிய நம்பர்ஸ் எல்லாமே பத்து சிறிய எண்களோட தொகுப்புதான்', என்று அவன் சொல்லிமுடித்ததும், சற்றுத் தொலைவில் ஒரு புதிய திரை தோன்றி, 0, 1, 2, 3, 4, 5, 6, 7, 8, 9 ஆகிய பத்து எண்களை ஒன்றின்கீழ் ஒன்றாக எழுதிக் காண்பித்தது.

'நிஜத்திலே, இந்தப் பத்தும்தான் உங்களோட எண்கள், இந்தப் பத்து நம்பர்ஸைமட்டும்தான் இதுக்குமேல தனியாப் பிரிக்கவே முடியாது, மற்ற நம்பர்ஸ் எல்லாமே, இதிலிருந்து தோன்றினதுதான்.'

'சரி, ஆனா, இதுக்கும் பைனரிக்கும் என்ன சம்பந்தம்?', புதிய ஆர்வத்தோடு கேட்டான் அஷ்வின்.

'உங்க ஊர்ல இப்படிப் பத்து சின்ன நம்பர்ஸ் இருக்கே, அதில எட்டை யாராச்சும் திருடிக்கிட்டுப் போய்ட்டாங்க–ன்னா என்ன செய்வே?', என்றபடி, அந்தத் திரையை நோக்கிக் கையசைத்தான் பைனரியான்.

சட்டென்று அதில் எட்டு எண்கள் காணாமல் போய்விட்டன, இரண்டே எண்கள்தான் மீதமிருந்தன – 0 மற்றும் 1.

'ஐயோ, ரெண்டே ரெண்டு நம்பர்ஸை வெச்சுக்கிட்டு என்ன பண்றது?', என்று திகைப்போடு கேட்டான் அஷ்வின்.

'அதுதான் பைனரி உலகம்', என்றான் பைனரியான், 'இங்கே எல்லாமே பூஜ்ஜியம், ஒன்றுதான், வேற நம்பர்ஸ் எதுவுமே கிடையாது. இந்த ரெண்டைமட்டும் வெச்சுக்கிட்டுதான் சமாளிச்சாகணும்.'

3. பூஜ்ஜியம், ஒன்று

அஷ்வின் ஆச்சரியத்துடன் அந்த இரு எண்களையும் திரும்பத் திரும்ப பார்த்துக்கொண்டிருந்தான். 0, 1 - இந்த இரண்டு எண்களைமட்டும் வைத்துக்கொண்டு இவர்கள் எப்படிச் சமாளிக்கிறார்களோ என்பதை நினைக்க நினைக்க ஆச்சரியமாக இருந்தது.

பைனரியான் சொன்னதுபோல், மேலே இருக்கிற நமது உலகத்தில், பூஜ்ஜியத்தில் தொடங்கி ஒன்பதுவரை பத்து எண்கள் இருக்கின்றன. அதன்பிறகு? இந்தப் பத்து எண்களையும் கலந்து புதிய எண்களை உருவாக்கிக்கொள்கிறோம்.

அதாவது, 0, 1, 2, 3, 4, 5, 6, 7, 8, 9 அதன்பிறகு 1 மற்றும் 0 ஆகியவற்றைக் கலந்து '10' வருகிறது. இதேபோல் பெரிய எண்கள் எல்லாமே உருவாகின்றன.

'இங்கேயும் அதேமாதிரிதான்', என்றான் பைனரியான், 'நீங்க 2-ன்னு சொல்ற எண் எங்க ஊர்ல இல்லை, அதனால நாங்க அதை '10'ன்னு சொல்றோம், இதேபோல உங்க ஊர் 3, இங்கே 11 ஆகிடும், 4க்குப் பதிலா 100, 5க்கு பதிலா 101 - இப்படியே, இருக்கிற ரெண்டு நம்பர்களை வெச்சுக்கிட்டு சமாளிக்கிறோம்', என்று சிரித்தான்.

'ஏன் இப்படிச் செய்யணும்? பேசாம நீங்களும் பத்து நம்பர் வெச்சுக்கக்கூடாதா?', என்று ஆதங்கத்தோடு கேட்டான் அஷ்வின், '0, 1, 10, 11, 100, 101-ன்னு எழுதிப் பார்த்தா தலை சுத்துது, குழப்பமா இருக்கு.'

'இது உங்களுக்குத்தான் குழப்பம், எங்களுக்கு இல்லை', என்று பெரிதாகச் சிரித்தான் பைனரியான், 'எங்களைமாதிரி இயந்திரங்களுக்கு ரெண்டே நம்பர்தான் வசதி, ஜீரோ, அதாவது, பூஜ்ஜியம்-ன்னா இருட்டு, ஒண்ணு-ன்னா வெளிச்சம், இப்படியே எல்லா விஷயங்களையும் புரிஞ்சுக்குவோம்.'

'அப்படன்னா, இந்த பைனரி-தான் கம்ப்யூட்டரா?', ஆவலோடு கேட்டான் அஷ்வின்.

'கம்ப்யூட்டருக்குள்ளே எல்லாமே பைனரிதான்', என்றான் பைனரியான், 'நீ என்ன விஷயம் சொன்னாலும், கம்ப்யூட்டர் அதை பைனரியா மாத்திதான் புரிஞ்சுக்கும்.'

'புரியலை', என்றான் அஷ்வின், 'இப்போ நான் கம்ப்யூட்டர்ல எட்டும் ஒன்பதும் எவ்வளவு-ன்னு ஒரு கணக்குப் போட்டா, அதுக்குத் தெரியாதா?'

'ஒ, நல்லாத் தெரியுமே', என்றான் பைனரியான்.

'அதெப்படி? கம்ப்யூட்டர் முழுக்க பைனரி-ன்னா, எட்டு, ஒன்பது-ங்கற நம்பர்ஸெல்லாம் அதுக்குத் தெரியாது-ன்னுதானே அர்த்தம்?'

'நல்ல கேள்வி', என்று தொண்டையைச் செருமிக்கொண்டான் பைனரியான், 'கம்ப்யூட்டருக்குத் தெரிஞ்சதெல்லாம் பைனரி பாஷைதான். அதனால, எட்டு, ஒன்பது-ங்கற எங்கள் அதுக்குத் தெரியாது. உண்மைதான். ஆனால், உங்க ஊர் எட்டு-க்கு பதிலா இங்கே 1000-ன்னு ஒரு பைனரி நம்பர் இருக்கு.'

'இதேமாதிரி, 9-க்குப் பதிலா இருக்கிற பைனரி நம்பர் 1001, இந்த 1000, 1001 ரெண்டையும் பைனரி முறையில கூட்டி,

பிறகு அதை உங்க ஊர் நம்பர்க்கு மாத்தி, 17-ன்னு விடை காண்பிக்கும் கம்ப்யூட்டர்.'

'எதுக்கு இத்தனை சிரமம்?', என்றான் அஷ்வின், 'பேசாம நேரடியா எட்டும் ஒன்பதும் பதினேழுன்னு கூட்டிட்டுப் போகலாம், ரொம்ப ஈஸி.'

'உண்மைதான். ஆனா, 1982435 + 123423573 எவ்வளவு, சொல்லேன்?'

அஷ்வின் விழித்தான், பேப்பர் பென்சில் இல்லாமல் இத்தனை பெரிய கணக்கைப் போடுவது எப்படி?

அவனுடைய தவிப்பைப் பார்த்து வாய்விட்டுச் சிரித்தான் பைனரியான், 'கவலைப்படாதே, உனக்கு கணக்குப் பரீட்சை வைக்கிறதுக்காக இங்கே அழைச்சுக்கிட்டு வரலை, இப்படிக் கஷ்டமான கணக்கைக்கூட, இந்த பைனரி முறையில சட்டுன்னு போட்டுட முடியும், எங்களுக்கு அதில நல்ல பயிற்சி இருக்கு.'

'அப்படீன்னா, நீங்கதான் ஒவ்வொரு கம்ப்யூட்டருக்குள்ளயும் உட்கார்ந்துகிட்டுக் கணக்குப் போடறீங்களா?', அப்பாவியாகக் கேட்டான் அஷ்வின்.

'ம்ஹூம், கம்ப்யூட்டருக்குள்ளே யாரும் உட்கார்ந்துக்கமுடியாது, அதுக்குள்ளே இருக்கிறதெல்லாம் முழுக்க முழுக்க மின்சார இணைப்புகள்தான்', என்றான் பைனரியான், 'இந்த இணைப்புகள்ல மின்சாரம் பாய்ஞ்சா ஒண்ணு, பாயலைன்னா ஜீரோ, பூஜ்ஜியம் – அவ்ளோதான் பைனரி.'

'இதையெல்லாம் நாங்க பார்க்கமுடியுமா?', என்றான் அஷ்வின்.

'நீங்க ஏன் பார்க்கணும்? அப்படியே பார்த்தாலும், பைனரி மொழி உங்களுக்குப் புரியாது, ஏன் வீண் வேலை?', என்றான் பைனரியான்.

'பின்னே எதுக்கு இதையெல்லாம் என்கிட்டே சொல்றே?', சற்றே ஏமாற்றத்துடன் கேட்டான் அஷ்வின், 'நீ எனக்குக்

கம்ப்யூட்டரைப்பத்தி விளக்கமாச் சொல்லித்தருவே-ன்னு நினைச்சேன்.'

'அட ராமா, பைனரி தெரியாம கம்ப்யூட்டரைப் புரிஞ்சுக்கறது எப்படி?', பைனரியானுக்குச் சிரிப்பு பொங்கியது, 'கம்ப்யூட்டருக்குள்ளே என்ன நடக்குது-ன்னு நல்லாத் தெரிஞ்சுகிட்டாதான், அதை முழுசாக் கத்துக்கமுடியும்.'

அஷ்வினுக்கு இன்னும் முழுத் திருப்தி ஏற்படவில்லை. ஆகவே, 'கம்ப்யூட்டர்ன்னா என்ன? அதை முதல்ல சொல்லு' என்றான்.

'கம்ப்யூட்டர்ன்னா, தமிழ்ல கணினி, அல்லது கணிப்பொறின்னு சொல்வாங்க, இதுக்கு அர்த்தம், கணக்குப் போடற சாதனம், அவ்வளவுதான்.'

'எங்க அண்ணன் ஒரு கால்குலேட்டர் வெச்சிருக்கான். அதுவும்தான் நல்லா கணக்குப் போடுது, அதைப்போய் கம்ப்யூட்டர்ன்னு சொல்லமுடியுமா?', சவாலாகக் கேட்டான் அஷ்வின்.

'நிச்சயமா, அதுவும் ஒரு கம்ப்யூட்டர்தான்', என்றான் பைனரியான், 'அங்கேயும் உள்ளே இதே மின்சார இணைப்புகள்தான், பைனரிதான்.'

'அப்ப மேகலா வீட்ல இருக்கிற கம்ப்யூட்டர்?', என்றான் அஷ்வின்.

'அது கொஞ்சம் பெரிய கம்ப்யூட்டர். அதனால, உங்க அண்ணனோட கால்குலேட்டரைவிட, இதில அதிக விஷயங்கள் செய்யமுடியும்.'

'அதிக விஷயங்கள்-ன்னா?'

'கால்குலேட்டர்ல பாட்டுக் கேட்கமுடியுமா?'

'முடியாது.'

'ஆனா, கம்ப்யூட்டர்ல முடியும்.'

'அதெப்படி? பைனரி மொழியில பாட்டுப் பாடுமா கம்ப்யூட்டர்?'

'ம்ஹூம், அழகா உங்க மொழியிலயே, குறையொன்றும் இல்லை, மறைமூர்த்தி கண்ணான்னு பாடும்', என்றான் பைனரியான், 'பாட்டு, வீடியோ, எழுத்து, படம்-ன்னு இப்படி எல்லாத்தையும் கம்ப்யூட்டர் பைனரி வடிவத்துக்கு மாத்தி வெச்சுக்கும், அப்புறம் நீங்க கேட்கும்போது, உங்க பாஷைக்கு மாத்திக் கொடுக்கும்.'

'எல்லாத்தையும் பைனரி-யா மாத்தமுடியுமா?', நம்பமுடியாமல் கேட்டான் அஷ்வின்.

'தாராளமா', என்ற பைனரியான், அஷ்வினுக்கு எதிரில் இருந்த காலி நாற்காலி ஒன்றைக் காண்பித்து, 'இதிலே யார் உட்கார்ந்திருக்காங்க?', என்றான்.

'யாரும் இல்லை.'

'அதாவது, பூஜ்ஜியம், சரிதானே?', என்று பைனரியான் கேட்டதும், பெரிதாகத் தலையசைத்தான் அஷ்வின்.

'இப்போ?', என்று அவன் மந்திரக் கோலை அசைக்க, சட்டென்று அந்த நாற்காலியில் வந்து விழுந்தாள் மேகலா, 'ஒண்ணு', என்று அறிவித்தான் பைனரியான், 'ஆள் இல்லாதபோது பூஜ்ஜியம், உன் ஃப்ரெண்ட் வந்ததும் ஒண்ணு - பைனரிக் கணக்கு சரிதானே?'

4. இதயம்

சில நிமிடங்களுக்குமுன், கம்ப்யூட்டர் முயலைத் தொடர்ந்து அஷ்வினும் பொந்துக்குள் விழுந்தபோது, அதைப் பார்த்த அதிர்ச்சியில் மேகலா, ப்ரியா, குண்டு பூபதி மூவரும் செய்வதறியாது தவித்துக்கொண்டிருந்தார்கள்.

சிறிது நேரம் கழித்து, 'இப்போ அஷ்வினை எப்படிக் காப்பாத்தறது?', என்று மெலிதான குரலில் கேட்டாள் ப்ரியா.

'வேற வழியே இல்லை, நாமும் உள்ளே போய்த் தேடணும்', உறுதியாகச் சொன்னாள் மேகலா.

மீண்டும் ஒருமுறை பொந்தினுள் எட்டிப் பார்த்துவிட்டு, 'ஒரே இருட்டா இருக்குப்பா', என்றாள் ப்ரியா, 'எனக்கு பயமா இருக்கு.'

'பயமா இருந்தா நீ வரவேண்டாம், நான் போறேன்', என்று முன்னே நகர்ந்த மேகலா, குண்டு பூபதியிடம், 'நீ வரியா, இல்லையா?', என்றாள் கோபமாக.

'உள்ளே என்ன ஆபத்து இருக்கோ, யாருக்குத் தெரியும்?', என்றான் குண்டு பூபதி, 'எனக்குப் பசிக்குது, நான் வீட்டுக்குத் திரும்பிப் போறேன்'

'சுத்த பயந்தாங்கொள்ளிங்க', என்று அவர்களைத் திட்டிய மேகலாவுக்கும், உள்ளே கொஞ்சம் பயம் இருந்ததுதான். ஆனால், அஷ்வினைக் காப்பாற்றுவதற்கு அவளுக்கு வேறு வழி தெரியவில்லை. துணிந்து உள்ளே குதித்துவிட்டாள்.

அதுவரை தயக்கத்தோடு பேசிக்கொண்டிருந்த ப்ரியாவுக்கும் குண்டு பூபதிக்கும் இப்போது மேகலாவைப் பார்த்துக் கொஞ்சம் தைரியம் வந்தது. ஆகவே, தொடர்ந்து அவர்களும் பொந்தினுள் குதித்தார்கள்.

நகரும் சறுக்கு மரத்தில் வழுக்கி அவர்கள் வெல்வெட் நாற்காலிகளில் ஒவ்வொருவராக விழுந்தபோது, பைனரியான் அஷ்வினுக்குத் தீவிரமாகப் பாடம் நடத்திக்கொண்டிருந்தான்.

'உங்க உலகத்தில நடக்கிற எல்லா விஷயங்களையும், இந்தமாதிரி பைனரிக்கு மாற்றிடமுடியும் அஷ்வின், அதுதான் கம்ப்யூட்டர்களோட முக்கியமான வேலை', என்றவன், கூரைத் திரையில் ஒரு புதிய பட்டியலைக் காண்பித்தான்.

ஆண் – 0, பெண் – 1
ஒல்லி – 0, குண்டு – 1
குள்ளம் – 0, உயரம் – 1
சாதாரணக் கண் பார்வை – 0
மூக்குக் கண்ணாடிப் பார்வை – 1

'இப்போ இந்த நாலு விஷயத்தையும் கம்ப்யூட்டருக்குச் சொல்லித்தந்துட்டா போதும், அதைவெச்சு உங்க ஒவ்வொருத்தரைப்பற்றிய தகவல்களையும் அது பைனரிக்கு மாத்திடும்', என்றான் பைனரியான், 'இப்போ, நீ பையனா, பொண்ணா?'

'பையன்', என்றான் அஷ்வின், 'அதாவது 0.'

'அடுத்து, ஒல்லியா, குண்டா?'

'ஒல்லி, அதாவது 0.'

'உன் வயசுப் பசங்களோட ஒப்பிடும்போது, நீ குள்ளமா, உயரமா?'

'உயரம், அதாவது 1.'

'மூக்குக் கண்ணாடி போட்டிருக்கியா?'

'ஆமாம், அதாவது 1'

'இப்போ, அஷ்வின்-ங்கற பையன் ஒல்லியானவன், உயரமானவன், மூக்குக் கண்ணாடி போட்டிருக்கான் என்கிற விஷயங்களை, கம்ப்யூட்டர் '0011'ன்னு பைனரி தகவலா நினைவில வெச்சுக்கும்', என்றான் பைனரியான், 'அடுத்து, உன் ஃப்ரெண்ட் பூபதி?'

'பையன், குண்டு, குள்ளம், மூக்குக் கண்ணாடி இல்லை', என்று உற்சாகமாக பைனரிக் கணக்கில் இறங்கினான் அஷ்வின், 'அதாவது 0100, சரியா?'

'வெரி குட், மேகலாவும் ப்ரியாவும்?'

'பொண்ணு, ஒல்லி, உயரம், மூக்குக் கண்ணாடி இல்லை', என்றான் அஷ்வின், 'அதாவது 1010'

'அவ்ளோதாம்பா', என்று கை தட்டி உற்சாகப்படுத்தினான் பைனரியான், 'இதுதான் கம்ப்யூட்டரோட வேலை, தன்னைச் சுற்றியிருக்கிற சகல விஷயங்களையும் பைனரிக்கு மாற்றிச் சேமிச்சுக்கறது, தேவைப்படும் நேரத்திலே, அதைப் பழையபடி மாற்றிக் காண்பிக்கிறது.'

இவர்கள் இப்படிப் பேசிக்கொண்டிருப்பதை மற்ற மூவரும் திகைப்போடு வேடிக்கை பார்த்துக்கொண்டிருந்தார்கள். அவர்களுக்கு அஷ்வினை மீண்டும் பார்ப்பது சந்தோஷமாக இருந்தது. ஆனால், அவனோடு இருக்கிற இன்னொரு பையன் யார் என்று புரியவில்லை.

'ஹாய் ஃப்ரெண்ட்ஸ்', என்று அவர்களருகே வந்த அஷ்வின்,

பைனரியானை அவர்களுக்கு அறிமுகப்படுத்தினான், 'இதுதான் பைனரி உலகம், இந்தப் பையன்தான் இந்த உலகத்தோட ராஜா!'

மேகலா, ப்ரியா, பூபதி மூவரும் பைனரியானைக் கண் கொட்டாமல் பார்த்துக்கொண்டிருந்தார்கள். இளம் தொப்பையைத் தடவியபடி, சாப்பிடுவதற்கு ஏதேனும் கிடைக்குமா என்று சுற்றிலும் தேடினான் குண்டு பூபதி.

'வெல்கம் டு பைனரி உலகம்', என்றான் பைனரியான், 'நீங்களெல்லாம் கம்ப்யூட்டரைப்பத்தி தெரிஞ்சுக்கணும்-ன்னு ஆசைப்பட்டீங்க, அதனாலதான் என்னோட மந்திரி முயலை அனுப்பி, உங்களை இங்கே வரவழைச்சேன்.'

இப்போதும் விஷயம் சரியாகப் புரியாமல் விழித்துக்கொண்டிருந்த அவர்களுக்கு, பைனரி உலகத்தைப்பற்றி விளக்கமாகச் சொன்னான் அஷ்வின், 'கம்ப்யூட்டருக்குள்ளே எல்லாமே பைனரிதான், நாம பார்க்கிற, கேட்கிற, பேசற விஷயங்கள் எல்லாத்தையும் 0, 1-ன்னு கம்ப்யூட்டர்கள் மாத்திவெச்சுக்கும்', என்று அவன் முடித்ததும், பைனரியான் மெல்லக் கைதட்டினான்.

ஆனால், மேகலாவுக்கு அஷ்வினின் இந்த விளக்கங்கள் திருப்தி அளிக்கவில்லை, 'எங்க கம்ப்யூட்டர்ல பைனரியே கிடையாது, நான் பார்த்ததில்லை', என்றாள் உறுதியுடன்.

'ம்ஹூம், பைனரி இல்லாத கம்ப்யூட்டரே இல்லை மேகலா', என்றான் பைனரியான், 'உங்களோட வெளிப்பார்வைக்குத் தெரியலைன்னாலும், உள்ளே இருக்கிறது பைனரிதான்', என்றவன் விரல் சொடுக்கி, திரையில் காட்சியை மாற்றினான், 'இது என்ன?'

'ஹார்ட்', என்றாள் மேகலா, 'இதயம்'

'உனக்கு இதயம் உண்டா?'

'எல்லாருக்கும் உண்டு', என்றாள் மேகலா, 'இத்துனூண்டு எறும்புக்குக்கூட இதயம் இருக்கு-ன்னு எங்க சைன்ஸ் டீச்சர் சொல்லியிருக்காங்க.'

'அப்படீன்னா, உன்னோட இதயம் எங்கே? என்னால பார்க்கமுடியலையே', குறும்புச் சிரிப்போடு கேட்டான் பைனரியான்.

'அது உள்ளே இருக்கு, வெளிப்பார்வைக்குத் தெரியாது', என்றாள் மேகலா.

'பைனரியும் அப்படித்தான், கம்ப்யூட்டரோட இதயம்போல, அல்லது மூளைபோல-ன்னுகூட சொல்லலாம், உங்களால அதைப் பார்க்கமுடியாது, ஆனா உங்க கம்ப்யூட்டர் இயங்கறதுக்கு முழுக்காரணம் அதுதான்.'

'அப்படீன்னா, கம்ப்யூட்டருக்குக் கண், காது, வாய், எல்லாமே உண்டா?', கொஞ்சம் கிண்டலாகவே கேட்டாள் மேகலா.

'அதிலென்ன சந்தேகம், கண்டிப்பா உண்டு!', என்றான் பைனரியான்.

5. காது

'உங்க வீட்ல டிவி இருக்கா?', என்று ஆரம்பித்தான் பைனரியான்.

'ஓ, இருக்கே', என்று மேகலா பெரிதாகத் தலையாட்டியதும், அவள்முன்னே ஒரு தொலைக்காட்சிப் பெட்டி தோன்றி, தானாக இயங்கத் தொடங்கியது, அதில் 'டாம் அண்ட் ஜெர்ரி' கார்ட்டூன் ஓடிக்கொண்டிருந்தது.

'இப்போ, இந்த டிவியோட நீ எப்படிப் பேசுவே?', என்றான் பைனரியான்.

'டிவியோட பேசறதா? அது எதுக்கு?', என்று குழப்பத்தோடு கேட்டாள் மேகலா.

'உனக்கு இந்த கார்ட்டூன் பிடிக்கலை, கிரிக்கெட் பார்க்கணும்ன்னா என்ன செய்வே?'

'ரிமோட் கன்ட்ரோல்-ல சேனல் மாத்துவேன்.'

'அதாவது, ரிமோட் கன்ட்ரோல்-ங்கற ஒரு சாதனத்தின்மூலம் டிவியோட நீ பேசமுடியும், இந்த சேனல் வேண்டாம், வேற சேனல் காட்டு-ன்னு கட்டளையிடமுடியும், இல்லையா?'

'அட, ஆமாம்', வெட்கச் சிரிப்போடு ஒப்புக்கொண்டாள் மேகலா.

'இதேமாதிரி, நீ கம்ப்யூட்டரோடும் பேசமுடியும், அதுக்கும் ஒரு சாதனம் இருக்கு', என்றான் பைனரியான். அவன் தொடர்ந்து பேசுவதற்குள் மேகலா முந்திக்கொண்டு, 'எனக்குத் தெரியும், கீபோர்ட்' என்றாள்.

'வெரி குட், கீபோர்ட் (KeyBoard), தமிழ்ல விசைப்பலகைன்னு சொல்வாங்க', என்றபடி பைனரியான் மந்திரக்கோலை அசைத்ததும் அவர்கள்முன் ஒரு நிஜ கீபோர்ட் தோன்றியது, 'இதுதான் கம்ப்யூட்டருக்குக் காது. இதில பேசினா, கம்ப்யூட்டருக்குக் கேட்கும், அதன்படி இயங்கும்.'

'ரிமோட் கன்ட்ரோல்ல இருக்கிறமாதிரியே, இதிலயும் பட்டன்ஸ் இருக்கே', என்றான் குண்டு பூபதி.

'இதிலமட்டுமில்லை, இன்புட் டிவைஸஸ் (Input Devices)ன்னு சொல்லப்படற எல்லா உள்ளீட்டுச் சாதனங்களிலும், இந்தமாதிரி நிறைய பட்டன்ஸ் இருக்கும்', என்றான் பைனரியான், 'சரியான பொத்தான்களை அழுத்தினாதான், நாம எதிர்பார்க்கிற கட்டளையை கம்ப்யூட்டருக்குத் தரமுடியும்.'

'அதாவது, நான் இப்போ ஆறும் எட்டும் எவ்வளவு-ன்னு கூட்டணும்-ன்னா, இதில 6, +, 8, = இப்படி வெவ்வேற பட்டன்ஸை அழுத்தணும், இல்லையா?', சற்றே தயக்கத்துடன் கேட்டாள் ப்ரியா.

'ஆமாம் ப்ரியா, ஆனா, கீபோர்ட்ல இருக்கிற இந்தப் பொத்தான்களை யாரும் 'பட்டன்ஸ்'ன்னு சொல்லமாட்டாங்க, 'கீ', அதாவது விசை-ன்னு சொல்வாங்க', என்று திருத்தினான் பைனரியான், 'சரியான கீ-க்களை அழுத்தினால், அதாவது டைப் செய்தால், சரியான விடை கிடைக்கும்'

'அது எப்படி? கம்ப்யூட்டருக்குத்தான் 0, 1தவிர வேறெதும் தெரியாதே', என்றாள் மேகலா.

'உண்மைதான். ஆனா, இந்த கீபோர்டுக்கு உங்க உலகத்தில இருக்கிற எல்லா எண்கள், எழுத்துகள், கணக்குக் குறியீடுகள் எல்லாமே தெரியும், நீங்க டைப் செய்யச் செய்ய, அதையெல்லாம் பைனரிக்கு மாற்றி கம்ப்யூட்டருக்குக் கொடுத்துடும்.'

'இந்தமாதிரி வேற இன்புட் சாதனங்கள் இருக்கா?'

'நிறைய இருக்கு, அதில ரொம்பப் பிரபலமானது மவுஸ்', என்று சிரித்தான் பைனரியான், அவன் மந்திரக் கோலை மீண்டும் அசைக்க, கீபோர்டுக்குச் சற்றுத் தள்ளி, வெள்ளைவெளேரென்று ஒரு மவுஸ் (Mouse) தோன்றியது, 'மவுஸ்-ன்னா எலி, கம்ப்யூட்டர் எலி.'

'ஐயோ, கடிக்குமா?', என்று நாற்காலிக்குமேல் காலை உயர்த்திக்கொண்டான் குண்டு பூபதி.

'கடிக்காது, படிக்கும்', என்றான் பைனரியான்.

'படிக்கும்-ன்னா? என்ன படிக்கும்?'

'நீங்க கம்ப்யூட்டருக்கு என்ன சொல்லணும்-ன்னு நினைக்கறீங்களோ, அதைப் படிச்சு, பைனரிக்கு மாத்தி, கம்ப்யூட்டருக்குக் கொடுக்கும்.'

இப்போதும் அவர்களுக்கு விஷயம் புரியவில்லை. சற்றே குழப்பத்துடன் எல்லோரும் தலையைச் சொறிந்துகொண்டிருக்க, திரையில் இன்னொரு புதிய காட்சி தோன்றியது. அதில் ஒரு சிறிய நாய்க்குட்டி 'பவ் வ்வ்வ்வவ் வவ்', என்றது.

'இந்த நாய் என்ன சொல்லுது?', என்று கேட்டான் பைனரியான்.

'தெரியலையே', என்றான் அஷ்வின்.

'ஏன் தெரியலை?', என்று கேட்ட பைனரியான், அவனே அதற்கு பதிலும் சொன்னா, 'உங்களுக்கு நாய் பாஷை தெரியாது, அதனாலதான்.'

'உனக்கு நாய் பாஷை தெரியுமா?', என்று ஆர்வத்தோடு கேட்டான் குண்டு பூபதி.

'ஓ, தெரியுமே, இந்த நாய் உன் பேர் என்ன-ன்னு விசாரிக்குது', என்றான் பைனரியான்.

'என் பேர் பூபதி', என்று அவன் சொன்னதும், 'குண்டு பூபதி', என்று மற்றவர்கள் திருத்திவிட்டு, பெரிதாகச் சிரித்தார்கள்.

'பூபதியோ, குண்டு பூபதியோ, நீ சொல்றது அந்த நாய்க்குப் புரியாது, ஏன்னா, அந்த நாய்க்கு மனித பாஷை தெரியாது', என்றான் பைனரியான், 'மறுபடி, நான்தான் அதை மொழிபெயர்க்கணும், புரியுதா?'

'ம், நல்லாப் புரியுது', என்றாள் ப்ரியா, 'எங்களுக்கு ஸ்கூல்ல ட்ரான்ஸ்லேஷன் (Translation) சொல்லித்தந்திருக்காங்க, கதைகளையெல்லாம் இங்க்லீஷ்லிருந்து தமிழுக்கு மாத்தணும், தமிழ்லிருந்து இங்க்லீஷ்க்கு மாத்தணும்.'

'அதேதான் இங்கேயும் நடக்குது, என்று கீபோர்ட், மவுஸின்பக்கம் சுட்டிக்காட்டினான் பைனரியான், 'உங்களோட உலக மொழி, கம்ப்யூட்டருக்குப் புரியாது, கம்ப்யூட்டரோட பைனரி மொழி உங்களுக்குப் புரியாது, ஸோ, நீங்க ரெண்டு பேரும் பேசணும்-ன்னா யாராவது நடுவிலே இருந்து அதை மொழிபெயர்க்கணும்.'

'கீபோர்ட், மவுஸ்ல்லாம் மொழிபெயர்க்கிற கருவிகளா?', என்று ஆர்வத்தோடு கேட்டாள் மேகலா.

'அப்படியும் சொல்லலாம். நீங்க '6'ன்னு டைப் செய்யற சாதாரண எண்ணை, '110'ன்னு பைனரிக்கு மாற்றி கம்ப்யூட்டருக்குக் கொடுக்கறதுதான் இந்த கீபோர்டோட வேலை', என்றான் பைனரியான், 'இதுமட்டும் இல்லைன்னா, கம்ப்யூட்டர்களுக்கும் உங்களுக்கும் எந்தத் தொடர்பும் இருக்காது.'

'அது சரி, ஆனா, இந்த மவுஸ்ல பொத்தானே இல்லையே, அதில எப்படி டைப் செய்யமுடியும்?', என்றாள் ப்ரியா.

'மவுஸ்ல பொத்தானே இல்லையா?', என்று சிரித்தான் பைனரியான், 'அதில ரெண்டு பொத்தான் இருக்கு, சந்தேகமிருந்தா பக்கத்தில போய்ப் பாரு ப்ரியா.'

நாற்காலியிலிருந்து உற்சாகமாகக் குதித்த ப்ரியா, மவுஸின் அருகே சென்று ஆவலோடு அதைச் சோதித்தாள், பைனரியான் சொன்னது உண்மைதான், மவுஸின் உச்சியில், இடது பக்கம் ஒன்று, வலது பக்கம் ஒன்று என இரண்டு சிறிய பொத்தான்கள் இருந்தன. அவற்றைச் சுலபமாக அழுத்தவும் முடிந்தது.

ஆனால், அவளுடைய சந்தேகம் இன்னும் முழுசாகத் தீரவில்லை, 'ரெண்டே ரெண்டு பட்டன்ஸை வெச்சுக்கிட்டு எப்படி டைப் பண்றது?', என்று திரும்பிப் பார்த்துக் கேட்டாள்.

'டைப் பண்றது கீபோர்டோட வேலை, மவுஸால டைப் பண்ணமுடியாது, ஆனா, சுட்டிக் காட்டமுடியும்', என்றான் பைனரியான், 'அதனாலதான், மவுஸைத் தமிழ்ல சுட்டின்னுகூட சொல்வாங்க'

'சுட்டிக்காட்டறதா? கம்ப்யூட்டருக்கு நாம எதைச் சுட்டிக்காட்டணும்?'

'சொல்றேன், அதுக்குமுன்னாடி, கம்ப்யூட்டரோட வாயை நீங்க சந்திக்கவேண்டாமா?', என்றான் பைனரியான்.

6. வாய்

சற்றுமுன் திரையில் தோன்றிய அந்த நாய்க் குட்டி, இன்னும் அங்கேயே வாலாட்டியபடி காத்துக்கொண்டிருந்தது. அதைச் சுட்டிக் காண்பித்த பைனரியான், 'அந்த நாய் என்னவோ கேள்வி கேட்டதே, நினைவிருக்கா?', என்றான் பூபதியிடம்.

'உன் பேர் என்ன-ன்னு கேட்டது.'

'நீ அதுக்கு என்ன பதில் சொன்னே?'

'பூபதி-ன்னு சொன்னேன்', என்றான் அவன், 'ஆனா, அது அந்த நாய்க்குப் புரியாதே, நீதான் மொழிபெயர்த்து நாய் பாஷையில சொல்லணும்.'

'கம்ப்யூட்டர்லயும் அதே பிரச்னைதான், கீபோர்ட், மவுஸ்மாதிரி இன்புட் சாதனங்களைப் பயன்படுத்தி நாம பேசினா, கம்ப்யூட்டர் அதை பைனரி பாஷையில புரிஞ்சுக்கும், ஆனா, பதிலுக்கு கம்ப்யூட்டரும் பைனரியில பேச ஆரம்பிச்சா நமக்குப் புரியாது, இல்லையா?'

'ஏன்? அதையும் யாராவது மொழிபெயர்த்துச் சொல்லக்கூடாதா?'

'சொல்லலாம், அதுக்குத்தான் மானிட்டர் *(Monitor)*ன்னு கம்ப்யூட்டருக்கு ஒரு வாய், அதாவது அவுட்புட் *(Output)* சாதனம் வெச்சிருக்கோம், இதன்மூலம்தான் கம்ப்யூட்டர் நம்மோட பேசுது', என்ற பைனரியான், மந்திரக் கோலைச் சொடுக்கி, அவர்கள்முன் ஒரு மானிட்டர் வரவழைத்தான்.

'ஐ, டிவி பெட்டி', என்றான் குண்டு பூபதி, 'இதைப்போய் மானிட்டர்ன்னு சொல்றீங்க?'

'நீ சொல்றது சரிதான் பூபதி', என்று சிரித்தான் பைனரியான், 'இதுவும் டிவி பெட்டியும் ஒரேமாதிரிதான் இருக்கும், டிவியைப்போலவே மானிட்டரும் நமக்குப் படம் காண்பிக்கும், ஆனால், ரெண்டுக்கும் சில வித்தியாசங்கள் உண்டு.'

இப்படிச் சொல்லிவிட்டு பைனரியான் மூன்று முறை கைதட்டினான். உடனே, அவர்கள்முன் இருந்த டிவி திரையிலும், மானிட்டர் திரையிலும் ஓர் அழகான பூ தோன்றியது.

'டிவியில தெரியுதே, இந்தப் பூவோட நிறம் என்ன?', என்றான் பைனரியான்.

'மஞ்சள்', நால்வரும் ஒரே குரலில் சொன்னார்கள்.

'எனக்கு மஞ்சள் கலர் பிடிக்காது, இதைச் சிவப்புக் கலரா மாத்தணும், முடியுமா?'

'ம்ஹூம், முடியாது', என்றான் குண்டு பூபதி, 'ரிமோட் கன்ட்ரோலை வெச்சு நாம சேனல் மாத்தலாம், ஆனா, அதில தெரியற காட்சியை நம்ம விருப்பப்படி மாத்தமுடியாது.'

'கரெக்ட்', என்று அவனுடைய தோளில் தட்டினான் பைனரியான், 'ஏன்னா, டிவி-ங்கறது 'ஒரு வழி'ச் சாதனம், அதில தெரியற படத்தைத்தான் நாம் பார்த்தாகணும், பதிலுக்கு நம்ம விருப்பப்படி மாற்றங்கள் எதுவும் செய்யமுடியாது.'

'மானிட்டரும் ஒரு வழிச் சாதனம்தான். ஆனா, அதில தெரியற படம், கம்ப்யூட்டரால காண்பிக்கப்படுது, ஸோ,

கம்ப்யூட்டருக்குச் சில கட்டளைகளைத் தர்றதன்மூலம், நாம அதை விருப்பப்படி மாற்றமுடியும்.'

'புரியலை', என்றாள் ப்ரியா, 'இப்போ இந்தப் பூவைத் தொட்டு நான் கலர் மாற்றமுடியுமா?'

'முடியாது', என்று தலையசைத்து மறுத்தான் பைனரியான், 'ஏன்னா, மானிட்டர்-ங்கறது ஒரு வழிச் சாதனம், அதில நீ நேரடியா எந்த மாற்றமும் செய்யமுடியாது.'

'அப்படென்னா, டிவி-க்கும் மானிட்டருக்கும் என்ன பெரிய வித்தியாசம்?'

'டிவி-ங்கறது யாரோ அனுப்பின படங்களை உனக்குக் காண்பிக்கும். நீ விரும்பினா வேற படங்களைத் தேர்ந்தெடுத்துப் பார்க்கலாம். ஆனா, எனக்கு இதுதான் வேணும், இப்படிதான் வேணும்-ன்னு ரிமோட் கன்ட்ரோலை வெச்சுக்கிட்டு நீ கட்டளையிடமுடியாது.'

'மானிட்டர்ல அப்படிக் கட்டளையிடமுடியுமா?'

'முடியாது. ஆனால், கீபோர்ட்ல முடியும்', என்ற பைனரியான், சட்டென்று கீ போர்ட் அருகே நகர்ந்து சில விசைகளைப் படபடவென்று அழுத்த, திரையிலிருந்த பூ மஞ்சள் நிறம் களைந்து, சிவப்பு நிறத்தில் மாறியது.

'ஆஹா, சூப்பர்', என்றான் குண்டு பூபதி, 'இந்தக் கீபோர்டை வெச்சுக்கிட்டு மானிட்டர்ல தெரியற படத்தை மாற்றமுடியும், சரியா?'

'சரிதான், ஆனா, முக்கியமான ஒரு விஷயத்தை நீ மறந்துட்டே', என்றான் பைனரியான், 'கீபோர்ட்-ங்கறது இன்புட் - உள்ளீட்டுச் சாதனம், அந்தமாதிரி மானிட்டர்-ங்கறது அவுட்புட் - வெளியீட்டுச் சாதனம், இந்த இரண்டுக்கும் நடுவே ஒரு விஷயம் இருக்கு.'

'அதுதான் கம்ப்யூட்டர், சரியா?', என்றான் அஷ்வின்.

'பிரமாதம்', என்று மெல்லக் கைதட்டினான் பைனரியான், உடனே திரையிலிருந்த நாய்க்குட்டி தாவிக் குதித்து மறைந்தது. புதிதாக, அங்கே கட்டம் கட்டமாக ஒரு சிறிய விளக்கப் படம் தோன்றியது:

நமது மொழி ----> இன்புட் சாதனங்கள் ----> பைனரி ----> கம்ப்யூட்டர் ----> பைனரி ----> அவுட்புட் சாதனங்கள் ----> நமது மொழி

'நம்ம மொழியில 6+8=?ன்னு டைப் செஞ்சா, கீபோர்ட்-ங்கற இன்புட் சாதனம், அதை பைனரிக்கு மாற்றி கம்ப்யூட்டருக்குக் கொடுக்கும்', என்றான் பைனரியான், 'அதுக்கப்புறம், இந்த பைனரி கணக்கைச் செஞ்சு முடிச்சு, கம்ப்யூட்டர் அதை அவுட்புட் சாதனமான மானிட்டரிடம் கொடுக்கும், மானிட்டர் அதை நமக்குப் புரியற மொழியில காண்பிக்கும்', என்று அவன் சொல்லி முடித்ததும், திரையில் '14' என்ற எண் தோன்றியது.

'இப்போ நாம கொடுத்த இன்புட் 6, 8 மற்றும் அவுட்புட் 14 - இவை எதுவுமே பைனரி நம்பர்ஸ் இல்லை, சரியா?', என்றான் பைனரியான்.

'ஆமாம்', என்று எல்லோரும் பெரிதாகத் தலையாட்டினார்கள்.

'ஆனா, கம்ப்யூட்டருக்கு பைனரிமட்டும்தான் புரியும், அதனால, இன்புட் சாதனங்கள், அவுட்புட் சாதனங்கள் எல்லாம் தேவைப்படுது', என்று சொல்லிமுடித்தான் பைனரியான்.

'இதெல்லாம் நல்லாப் புரியுது, ஆனா, கம்ப்யூட்டருக்குள்ளே என்ன இருக்கு-ன்னு நீங்க சொல்லவே இல்லை', என்றாள் மேகலா, 'பைனரி-ங்கறது ஒரு கணக்கு முறை, அவ்வளவுதானே, நிஜத்தில கம்ப்யூட்டருக்குள்ளே அப்படி என்னதான் இருக்கு?'

'நிறைய சிப்ஸ் இருக்கு', என்றான் பைனரியான்.

'ஐயா ஜாலி', என்று உற்சாகமாகக் குதித்தான் குண்டு பூபதி, 'அதைப் பிரிங்க மொதல்ல, சாப்பிடலாம், எனக்குப் பசிக்குது'

'ஸாரி பூபதி, இது உருளைக்கிழங்கு சிப்ஸ் இல்லை, சிலிக்கான் சிப்ஸ்', என்று சிரித்தான் பைனரியான், 'இதை நாம சாப்பிடமுடியாது. ஸோ, உனக்கு வேற சிப்ஸ் வரவழைக்கறேன்', என்றவன் மந்திரக்கோலை அசைத்ததும், அழகிய கண்ணாடிப் பாத்திரங்களில் சிப்ஸ், முறுக்கு, பழ வகையறாக்கள் தோன்றின.

நல்ல பசியில் இருந்த நண்பர்கள் நால்வரும், தாற்காலிகமாகக் கம்ப்யூட்டரை மறந்து, சாப்பாட்டில் ஐக்கியமானார்கள், ஒரு கையால் சாப்பிட்டபடி, இன்னொரு கையால் சில முறுக்குகளைப் பாக்கெட்டினுள் தள்ளிப் பதுக்கினான் குண்டு பூபதி.

ஒருவழியாக அவர்கள் சாப்பிட்டு முடித்ததும், பாத்திரங்கள் தானாக மறைந்துவிட்டன, உடம்பெல்லாம் நொறுக்குத் தீனித் துகள்களோடு நின்ற அவர்களைப் பார்த்து அழகாகச் சிரித்த பைனரியான், 'சாப்பாட்டு சிப்ஸ் ஆச்சு, இப்போ கம்ப்யூட்டர் சிப்ஸைப் பார்க்கலாமா?', என்றான்.

7. மூளை

'மானிட்டர், கீபோர்ட், மவுஸ் இதெல்லாம் கம்ப்யூட்டரில் வெளியே தெரிகிற பாகங்கள். இவைதவிர, இன்னதென்றே புரியாத ஒரு டப்பா உண்டு, பார்த்திருக்கிறீர்களா?', என்று கேட்டான் பைனரியான்.

'நான் பார்த்திருக்கிறேன்', என்று கையை உயர்த்திக் காட்டிச் சொன்னாள் மேகலா, 'எங்கப்பா அதை சிபியு-ன்னு சொல்வார்'

'கரெக்ட்', என்ற பைனரியான், அங்கிருந்த கம்ப்யூட்டரில், இதுவரை அவர்கள் கவனித்திராத ஒரு செவ்வக வடிவப் பெட்டியைச் சுட்டிக் காட்டினான், 'இதுதான் சிபியு (CPU), அதாவது *Central Processing Unit*, சுருக்கமா ப்ராஸஸர்-ன்னு சொல்வாங்க'

'இதுதான் கம்ப்யூட்டரோட இதயமா?', என்று ஆர்வத்தோடு கேட்டாள் மேகலா.

'இதயம்ன்னு சொல்லலாம், இன்னும் உசத்தியாச் சொல்லணும்ன்னா, இதுதான் கம்ப்யூட்டரோட மூளை', என்றான் பைனரியான், 'இது இல்லைன்னா, கீபோர்ட், மவுஸ், மானிட்டர் எதுக்கும் வேலை இல்லை.'

'இந்தப் பெட்டிக்குள்ளே என்ன இருக்கு?', என்றான் அஷ்வின்.

'அதான் சொன்னேனே, சிப்ஸ், சிலிக்கன் சிப்ஸ் (Silicon Chips)'

'சிலிக்கன்? அப்டீன்னா என்ன?', என்றாள் மேகலா.

'சிலிக்கன் -ங்கறது ஒருவகையான மணல்', என்று பைனரியான் சொன்னதும், மேகலாவுக்கு மிகவும் ஏமாற்றமாகிவிட்டது, 'மணலா? அப்டீன்னா கம்ப்யூட்டருக்குள்ளே வெறும் மணல்தான் இருக்கா?'

'வெறும் மணல் இல்லை மேகலா, ரொம்ப புத்திசாலித்தனமான மணல்', என்று சிரித்தான் பைனரியான், 'இப்போ உங்க வீடு எதால கட்டப்பட்டிருக்கு?'

'செங்கல்', என்று ஆரம்பித்த மேகலா, கொஞ்சம் யோசித்துவிட்டு, 'சிமென்ட்', என்றாள்.

'இதோட கொஞ்சம் மணலும் இருக்கு', என்றான் பைனரியான், 'இந்தமாதிரி சாதாரணப் பொருள்களைப் பயன்படுத்தி, சின்னக் குடிசையிலிருந்து, பெரிய மாளிகைவரைக்கும் அமைக்கமுடியும், இல்லையா? அந்தமாதிரிதான் சிலிக்கன் மணலால செய்யப்பட்ட சிப்ஸ் - சில்லுகளைக் கொண்டு கம்ப்யூட்டர்களைச் செய்யமுடியும்.'

'சிப்ஸ்-ன்னா அது எப்படி இருக்கும்? எத்தனை பெரிசு இருக்கும்?'

'விரல் நுனியில அடங்கக்கூடிய சிப்ஸ்கூட இருக்கு. ஆனா, பெரும்பாலான சிலிக்கன் சிப்ஸ், நீங்க இப்போ சாப்பிட்டீங்களே, அந்த உருளைக்கிழங்கு சிப்ஸ் அளவிலதான் இருக்கும்', என்றபடி திரையில் ஒரு சிலிக்கன் சிப்ஸைக் காட்டினான் பைனரியான்.

'இவ்வளவுதானா?', என்றான் அஷ்வின், 'பின்னே எதுக்கு இத்தனை பெரிய பெட்டி?'

'இந்தமாதிரி பல சில்லுக்களை அட்டைகளிலே செருகி

இணைப்பாங்க், என்றான் பைனரியான், 'ஒவ்வொரு சின்னச் சின்ன சிப்ஸ்ஸம், நல்ல செயல்திறன் கொண்டது, இவற்றை ஒண்ணாச் சேர்த்துப் பயன்படுத்தும்போது, உங்க கம்ப்யூட்டர் அதிவேகமா இயங்கும்.'

இப்போது திரையில் ஓர் அழகான ஏரியும், அதில் ஒரு பச்சை நிறப் படகும் தோன்றியது, அந்தப் படகில் ஒரே ஒருவர்மட்டும் உட்கார்ந்து துடுப்புப் போட்டுக்கொண்டிருந்தார்.

அடுத்த நிமிடம், பச்சைப் படகின் அருகே இன்னொரு சிவப்பு நிறப் படகு வந்து நின்றது, அதில் ஐந்து பேர் வரிசையாக உட்கார்ந்து, ஆளுக்கு இரண்டு துடுப்புகளை வைத்துக்கொண்டிருந்தார்கள்.

'இந்த ரெண்டு படகிலே, எது ரொம்ப வேகமாப் போகும்?', என்று கேட்டான் பைனரியான்.

'சிவப்புப் படகுதான்', ஒரே குரலில் பதில் வந்தது.

'ஏன்?'

'அஞ்சுபேர் சேர்ந்து துடுப்புப் போடும்போது, படகு ரொம்ப வேகமா ஓடும்', என்றான் அஷ்வின், 'பச்சைப் படகிலே ஒரே ஒருத்தர்தானே இருக்கார், அவரால அவ்ளோ ஸ்பீட் ஓட்டமுடியாது.'

'கம்ப்யூட்டர்லயும் அப்படிதான்', என்ற பைனரியான், திரையில் பல சிப்ஸ் கலந்த ஒரு மதர்போர்ட் (Motherboard) அமைப்பைக் காண்பித்தான், 'ஒரு சிப் செய்யற வேலையை, அஞ்சாறு சிப்ஸ் சேர்ந்து செஞ்சா வேகம் அதிகமா இருக்கும்.'

'அப்படென்னா, இந்தப் டப்பா முழுக்க சிலிக்கான் சிப்ஸ்தானா?', என்று கேட்டாள் மேகலா.

'பெரும்பாலும் சிப்ஸ்தான், இதுதவிர, சிப்ஸ் இயங்கத் தேவையான மின்சார இணைப்புகள், சிப்ஸ் சூடாகிட்டா குளுமைப்படுத்தறதுக்குக் குட்டியா ஒரு ஃபேன், இப்படி நிறைய

விஷயங்கள் இருக்கு', என்று பைனரியான் சொல்லச் சொல்ல, திரையில் அவை ஒவ்வொன்றாகத் தோன்றின.

'இந்த சிப்ஸ் எல்லாமே, பைனரியிலதான் இயங்குமா?', என்றாள் ப்ரியா.

'ஆமா, சிலிக்கான் சிப்ஸூக்குத் தெரிஞ்ச ஒரே விஷயம், ஒரு குறிப்பிட்ட வழியில மின்சாரம் பாய்கிறதா, இல்லையா-ங்கறதுதான், மின்சாரம் பாய்ஞ்சா அது 1, பாயலைன்னா அது 0 - இப்படி எல்லாத்தையும் பைனரியாமட்டுமே புரிஞ்சுக்கும்.'

'அதெல்லாம் சரி, ஆனா, இதனால நமக்கு என்ன பயன்?', என்று புரியாமல் கேட்டான் குண்டு பூபதி.

'சிலிக்கான் சிப்ஸ்தான் கம்ப்யூட்டரோட மூளை-ன்னு சொன்னேன், உன்னோட மூளை எதுக்குப் பயன்படுது?'

இதற்கு பூபதி பதில் சொல்வதற்குள், 'எங்கே நல்ல சாப்பாடு கிடைக்கும்ன்னு துப்பறியறதுக்குப் பயன்படுது', என்றாள் மேகலா, மற்றவர்கள் வாய் விட்டுச் சிரிக்க, எல்லோரையும் முறைத்தான் பூபதி.

'ஓகே ஓகே, கிண்டல் போதும், யாராவது சொல்லுங்க, நம்ம மூளையால நமக்கு என்ன பயன்?'

'பாடம் படிச்சா அதை நினைவில வெச்சுக்கலாம்', என்றான் அஷ்வின், 'இல்லாட்டி எல்லாம் மறந்துபோயிடுமே, எக்ஸாம்ல எழுதறது எப்படி?'

'கரெக்ட், ஞாபகம், அதாவது மெமரி - இது மூளையோட ஒரு பயன், வேற ஏதாவது உண்டா?'

'நாம எதை எப்படிச் செய்யணும்ன்னு மூளைதானே சொல்லிக்கொடுக்குது?', என்றாள் ப்ரியா.

'ஆமா, கீழே கிடக்கிற ஒரு பொருளைப் பார்த்ததும், கண் மூளைக்குத் தகவல் அனுப்புது, அதை எடுக்கலாமா வேண்டாமான்னு மூளைதான் யோசிச்சு முடிவுபண்ணுது, ஒருவேளை எடுக்கலாம்ன்னா, அதை எப்படி கவனமா

எடுக்கணும்-ன்னு கைகளுக்குத் தகவல் அனுப்பறதும் மூளைதான்', என்றான் பைனரியான்.

'இதையெல்லாம் கம்ப்யூட்டர்ல இந்த சிப்ஸ் செய்யுமா?', எல்லோரும் ஆர்வத்தோடு கேட்டார்கள்.

'கிட்டத்தட்ட அப்படிதான்', என்றான் பைனரியான், 'கம்ப்யூட்டருக்குச் சொந்தமா யோசிக்கத் தெரியாது. ஆனால், ஏற்கெனவே சொல்லிக்கொடுத்த விஷயங்களை ஞாபகத்தில வெச்சுகிட்டு, அதேமாதிரி திரும்பத் திரும்ப அழகாச் செய்யும், அதிவேகமாச் செய்யும், அதுக்குதான் இந்த சிபியு!'

'சரியாப் புரியலை', என்றான் குண்டு பூபதி, 'கம்ப்யூட்டர் எதை ஞாபகத்தில வெச்சுக்கணும்? எதுக்காக?'

'உனக்கு கிரிக்கெட் விளையாடத் தெரியுமா?', என்று கேட்டான் பைனரியான்.

'நல்லாத் தெரியுமே', என்றான் பூபதி.

'அதாவது, கிரிக்கெட் விதிமுறைகள், ரூல்ஸ் எல்லாம் உன் ஞாபகத்தில இருக்கு, அதைச் சரியான நேரத்தில நினைவுக்குக் கொண்டுவந்து, அதன்படி செயல்பட உனக்குத் தெரியும், அப்படிதானே?'

'ஆமாம்', என்று குழப்பத்தோடு தலையாட்டினான் பூபதி.

'கம்ப்யூட்டர்லயும் இதே கதைதான். யாரோ சில ரூல்ஸை அதுக்குச் சொல்லிக்கொடுத்திருக்காங்க, அதை ஞாபகத்தில வெச்சுகிட்டு, தேவையான நேரத்தில, சரியானபடி பயன்படுத்துது', என்றான் பைனரியான், 'இந்த ரூல்ஸுக்கெல்லாம் நாங்க வெச்சிருக்கற பெயர், ப்ரொக்ராம்ஸ்!'

8. ஆனைகள்

'உங்களுக்கெல்லாம் யாரு கிரிக்கெட் விளையாட சொல்லிக்கொடுத்தாங்க?', என்று கேட்டான் பைனரியான்.

'அஷ்வினோட அண்ணன்', என்றான் குண்டு பூபதி, 'அவன் பெரிய கிரிக்கெட் ப்ளேயர், காலேஜ் டீம்க்கெல்லாம் ஆடியிருக்கான், தெரியுமா?'

'சரி, இப்போ கிரிக்கெட் விளையாடறது எப்படி-ன்னு நீங்க எனக்குக் கற்றுத்தருவீங்களா?'

'அய்யய்யே, உனக்கு கிரிக்கெட் விளையாடத் தெரியாதா?', என்று கேலியாகக் கேட்டாள் ப்ரியா, 'அது ரொம்ப ஈஸி, நான் சொல்லித்தர்றேன்.'

இப்படி அவள் சொன்னதும், சட்டென்று அவர்களைச் சுற்றியிருந்த குகை மறைந்தது, வெல்வெட் நாற்காலிகள், கம்ப்யூட்டர், கூரைத் திரை என்று எல்லாம் காணாமல்போய், அவர்கள் ஒரு பச்சைப் பசேல் கிரிக்கெட் மைதானத்தின் மத்தியில் இருந்தார்கள்.

'ஹய்யோ, இப்படி ஒரு கிரவுண்ட் நான் பார்த்ததே இல்லை', பரவசத்தோடு சொன்னான் அஷ்வின், 'டிவியில கிரிக்கெட் மேட்ச் வருமே, அந்தமாதிரி இருக்கு'

'ஓகே, மைதானத்தோட அழகில, ஆட்டத்தை மறந்துடாதீங்க', என்று சிரித்தான் பைனரியான், 'எனக்கு கிரிக்கெட் விளையாடக் கற்றுத்தர்றதா சொல்லியிருக்கீங்க, ஞாபகம்.'

'அதுக்கு பேட், பால் எல்லாம் வேணுமே', என்றாள் ப்ரியா, உடனே அவள் கேட்டதெல்லாம் முன்னால் தோன்றியது. பேட்டைக் கையில் எடுத்து பைனரியானிடம் கொடுத்தாள் அவள், 'இப்போ நம்ம குண்டு பூபதி பால் போடுவான், அதை இந்த பேட்டால அடிக்கணும், அவ்வளவுதான்.'

'எப்படி அடிக்கணும்?', என்று புரியாமல் கேட்டான் பைனரியான், உடனே, பேட்டை எப்படிக் கையில் உறுதியாகப் பிடித்துக்கொள்ளவேண்டும் என்று அவனுக்குச் செய்து காட்டினான் அஷ்வின்.

'பந்து நம்ம பக்கத்தில வர்றவரைக்கும் காத்திருக்கணும், அதுக்கப்புறம், அது எந்த திசையில நகருது-ன்னு கவனிக்கணும், அந்த இடத்தில நம்ம பேட்டை வெச்சு இப்படி அடிக்கணும்', என்று இன்னொரு பேட்டைக் காற்றில் சுழற்றிக் காண்பித்தாள் ப்ரியா.

ஒருவழியாக பைனரியான் பேட் செய்யத் தயாராகி நின்றதும், பவுலிங்கில் அலாதி பிரியம் கொண்ட குண்டு பூபதி, அங்கிருந்த பந்தைக் கையில் எடுத்துக்கொண்டான், மற்ற மூவரும் பந்தைப் பிடிப்பதற்காகச் சுற்றிலும் நின்றார்கள்.

பிரமாதமாகச் சுழன்று சுழன்று வந்த குண்டு பூபதியின் பந்தை, அழகாகக் கணித்து, நன்றாக அடித்து விளையாடினான் பைனரியான், பந்து எங்கோ உயரத்தில் சென்று மறைய, எல்லோரும் கைதட்டினார்கள்.

'சூப்பர் ஷாட் அது', என்று பாராட்டிய ப்ரியா, 'உனக்கு

ஏற்கெனவே கிரிக்கெட் விளையாடத் தெரியுமா?', என்று சந்தேகமாகக் கேட்டாள்.

'ம்ஹூம், சுத்தமா தெரியாது', என்று தலையாட்டினான் பைனரியான், 'ஆனா, நீ கொடுத்த கட்டளைகளை, ஒழுங்கா முறைப்படி நிறைவேற்றத் தெரியும், அது போதாதா?'

'கட்டளைகளா? அப்படீன்னா?', குழப்பத்தோடு கேட்டாள் ப்ரியா.

'இப்படித்தான் பேட்டைப் பிடிக்கணும், இப்படிப் பந்தை அடிக்கணும்-ன்னு படிப்படியா எனக்குச் சொல்லிக்கொடுத்தியே, அதெல்லாம் கட்டளைகள்தானே?', என்று சிரித்தான் பைனரியான், 'இதைத்தான், கம்ப்யூட்டர் மொழியில, ப்ரோக்ராம்(Program)ன்னு சொல்றோம்.'

'அதாவது, ஒரு விஷயத்தை இப்படிதான் செய்யணும்-ன்னு கம்ப்யூட்டருக்குச் சொல்லித்தர்றதுக்குப் பேர்தான் ப்ரொக்ராமா?', என்றாள் மேகலா.

'ஆமாம், உதாரணமா, காஃபி போடறது எப்படி-ன்னு கம்ப்யூட்டருக்கு ப்ரொக்ராம் எழுதினா, அது இப்படி இருக்கும்', என்று காற்றில் ஏதோ எழுதிக் காண்பித்தான் பைனரியான்.

1. பாலை அடுப்பில் சுடச் செய்

2. சுட்ட பாலை ஒரு கோப்பையில் ஊற்று

3. ஒரு ஸ்பூன் காஃபித் தூள் போடு

4. ஒன்றரை ஸ்பூன் சர்க்கரை போடு

5. நன்றாகக் கலக்கு

6. சுவைத்துப் பார், சர்க்கரை போதுமா? போதாவிட்டால், மீண்டும் 4ம் எண் கட்டளைக்குச் செல்

'இந்தமாதிரி நாம சொல்லித்தர்ற விஷயங்களை, அதாவது கட்டளைகளைப் புரிஞ்சுகிட்டு, அதுக்கப்புறம் அதைப் பத்து தடவை, நூறு தடவை, ஏன் கோடிக்கணக்கான தடவை திரும்பத்

திரும்ப நிறைவேற்றும் கம்ப்யூட்டர், அதோட வேலையே இதுதான்', என்றான் பைனரியான், 'ஒருமுறை காஃபி போடறது எப்படின்னு கம்ப்யூட்டருக்குச் சொல்லிக்கொடுத்துட்டா, அதுக்கப்புறம் வாழ்நாள் முழுக்க காஃபி சாப்பிடலாம்.'

'இதில பைனரி கிடையாதா?', என்றான் அஷ்வின்.

'உண்டு, கண்டிப்பா உண்டு, பைனரி இல்லாம கம்ப்யூட்டர் ஏது?', என்று சிரித்தான் பைனரியான், 'இப்போ ப்ரியா சொன்னமாதிரி, நான் எழுதிக் காட்டினமாதிரி விதிமுறைகளை, கம்ப்யூட்டர் பைனரிக்கு மாற்றி, தன்னோட ஞாபகம்(Memory) ங்கற பகுதியில சேமிச்சு வெச்சுக்கும், அதுக்கப்புறம், தேவையான நேரத்தில அதைச் சரியா நிறைவேற்றும்.'

'சரி, ஆனா, இதையெல்லாம் நாம கம்ப்யூட்டருக்குச் சொல்லித்தர்றது எப்படி?', என்றான் அஷ்வின்.

'ஏய் மக்கு, இப்போதானே கீபோர்ட் பார்த்தோம், மறந்துட்டியா?', என்று அவன் தலையில் குட்டினாள் மேகலா, 'கீபோர்ட்மாதிரி இன்புட் சாதனங்களைப் பயன்படுத்தி, கம்ப்யூட்டர்ல ப்ரோக்ராம் எழுதமுடியும், அப்படிதானே?', என்று பைனரியானிடம் கேட்க, அவன் 'ஆமாம்' என்பதுபோல் தலையசைத்தான்.

'ஆனா, இந்த ப்ரொக்ராமெல்லாம் எப்படி எழுதறது? எந்த மொழியில எழுதறது? தமிழ்லயா, இங்க்லீஷ்லயா?', என்றாள் ப்ரியா.

'தமிழ், ஆங்கிலம், ஹிந்தி, கன்னடமெல்லாம் மனிதர்கள் தங்களுக்குள்ளே பேசிக்கிறதுக்கான மொழிகள், இந்தமாதிரி கம்ப்யூட்டர்களுக்குன்னு ஸ்பெஷல் மொழிகள் சிலது இருக்கு', என்றான் பைனரியான், 'அந்தக் காலத்தில பேஸிக்(BASIC) ன்னு ஒரு மொழி இருந்தது, அதில ஆரம்பிச்சு, இந்தக் கால சூப்பர் ஸ்டார் ஜாவா(JAVA)வரைக்கும் ஏகப்பட்ட மொழிகள் வந்துகிட்டே இருக்கு.'

'இதெல்லாம் தெரிஞ்சுகிட்டாதான் கம்ப்யூட்டருக்குப் ப்ரோக்ராம் எழுதமுடியுமா?', சற்றே ஏமாற்றத்துடன் கேட்டான் அஷ்வின்.

'எல்லா கம்ப்யூட்டர் மொழிகளையும் தெரிஞ்சுக்கணும்-ன்னு அவசியமில்லை', என்றான் பைனரியான், 'உன்னோட கம்ப்யூட்டருக்குத் தெரிஞ்ச ஒரே ஒரு மொழி உனக்குத் தெரிஞ்சாக்கூட போதும், அதிலயே பல விஷயங்களைச் செய்யமுடியும்.'

'பின்னே எதுக்கு இத்தனை மொழி?', என்றாள் மேகலா, 'எல்லோருக்கும் பொதுவா ஒரே ஒரு கம்ப்யூட்டர் மொழிதான் உண்டு-ன்னு அறிவிச்சுட்டா என்ன?'

'செய்யலாம்தான். ஆனா, ஏற்கெனவே வெவ்வேற மொழிகள்ல ஏகப்பட்ட ப்ரொக்ராம்ஸ் எழுதி முடிச்சு இயங்கிட்டிருக்கே, அதையெல்லாம் என்ன செய்யறது?', என்று சிரித்தான் பைனரியான், 'தவிர, ஒவ்வொரு மொழிக்கும் ஒரு சிறப்பு உண்டு, எல்லாமும் சேர்ந்து இயங்கறதுதான் நல்லது-ன்னு சொல்றாங்க.'

'ஒருவேளை எனக்கு எந்த மொழியிலயும் ப்ரொக்ராம் எழுதத் தெரியலைன்னா என்ன செய்யறது?', கவலையோடு கேட்டான் குண்டு பூபதி.

'கம்ப்யூட்டர்ங்கறது ஒரு பிரமாதமான சாதனம் பூபதி', என்றான் பைனரியான், 'ஆனா, அதுக்குச் சரியான கட்டளைகளைக் கொடுத்து இயக்கறது எப்படி-ன்னு நமக்குத் தெரியாட்டி, அதனால எந்தப் பிரயோஜனமும் இல்லை, வெறும் பெட்டியா அது ஒரு மூலையில உட்கார்ந்திருக்கும், அவ்வளவுதான்.'

'கம்ப்யூட்டர் மொழிகள்ல ஏதேனும் ஒண்ணைக் கத்துகிட்டபிறகுதான் நாங்க கம்ப்யூட்டரைத் தொடணுமா?', என்றாள் மேகலா.

'அப்படிச் சொல்லமுடியாது, ஏற்கெனவே கம்ப்யூட்டர்ல சில

ப்ரொக்ராம்ஸ் இருக்கும், அதைப் பயன்படுத்தத் தெரிஞ்சாலே போதும்', என்றான் பைனரியான், 'உதாரணமா, உங்க அப்பாவோட கம்ப்யூட்டர்ல செஸ் விளையாடற ப்ரொக்ராம் ஒண்ணு இருக்கு, அதைப் பயன்படுத்தி விளையாடறதுக்கு உனக்கு எந்த கம்ப்யூட்டர் மொழியும் தெரியணும்ன்னு அவசியம் இல்லை.'

'ஆனா, இந்த செஸ் வேண்டாம், வேற விளையாட்டுதான் வேணும்-ன்னு நான் ஆசைப்பட்டா, எனக்கு ப்ரொக்ராம் எழுதத் தெரிஞ்சிருக்கணும், சரியா?', என்றாள் மேகலா.

'ரொம்ப சரி', என்றான் பைனரியான், 'ப்ரொக்ராம் எழுதறது அப்படியொண்ணும் கஷ்டமில்லை, ஆரம்பத்தில கத்துக்கறது கொஞ்சம் சிரமமா இருக்கும், ஆனா, பழகினப்புறம் விடவே மனசு வராது.'

'ப்ரொக்ராம் எழுத கீபோர்ட் போதுமா? மவுஸும் தேவையா?', என்றான் அஷ்வின்.

'பெரும்பாலான ப்ரொக்ராம்களுக்கு கீபோர்டும் உங்க மூளையுமே போதும், அப்படி நீங்க எழுதின ப்ரொக்ராம்ஸை இயக்கறதுக்கு, சில சமயம் மவுஸ் தேவைப்படும்', என்றான் பைனரியான், 'கம்ப்யூட்டர் மானிட்டர்ல உங்களுடைய ப்ரொக்ராம் எங்கே இருக்கு-ன்னு பார்த்து, அங்கே மவுஸைக் கொண்டுபோய் க்ளிக் செஞ்சா, உடனே கம்ப்யூட்டர் உங்க ப்ரொக்ராமை நிறைவேற்றும், அந்த சவுகர்யத்துக்காகத்தான் அழகா ஒரு மவுஸ் வெச்சிருக்காங்க.'

'மவுஸ் இல்லாத கம்ப்யூட்டர்கள் உண்டா?', என்று குண்டு பூபதி கேட்டதும், பைனரியான் மர்மமாகப் புன்னகைத்து, 'மவுஸ், கீபோர்ட், மானிட்டர்-ன்னு இதுவரைக்கும் நீங்க பார்த்த விஷயங்கள் எதுவுமே இல்லாத கம்ப்யூட்டர்கள்கூட உண்டு!' என்றான்.

9. ஓளஸ்

இப்போது அவர்கள் பழைய குகைக்குத் திரும்பியிருந்தார்கள். அஷ்வின், குண்டு பூபதி, மேகலா, ப்ரியா நால்வரும் தங்களுடைய வெல்வெட் நாற்காலிகளில் உட்கார்ந்திருக்க, பைனரியான் வழக்கம்போல் கூரைத் திரையில் படம் காண்பித்துக்கொண்டிருந்தான்.

அந்தப் படம் விநோதமாக இருந்தது. பெல்ட் போன்ற ஒரு சாதனத்தில் வரிசையாகக் கரடி பொம்மைகள் வந்துகொண்டிருக்க, ஓரத்திலிருந்த இயந்திரக் கரம் ஒன்று, ஒவ்வொரு பொம்மையாக எடுத்து, பெரிய அட்டைப்பெட்டி ஒன்றினுள் போட்டுக்கொண்டிருந்தது.

சுறுசுறுப்பாக இயங்கிக்கொண்டிருந்த அந்த இயந்திரக் கரத்தைச் சுட்டிக் காட்டி பைனரியான், 'இதுவும் ஒரு கம்ப்யூட்டர்தான், தெரியுமா?', என்றான், 'மவுஸ், கீபோர்ட், மானிட்டர்-ன்னு எதுவுமே இல்லாத கம்ப்யூட்டர் இது, எப்படி-ன்னு சொல்லுங்க பார்க்கலாம்?'

'அந்தக் கரடி பொம்மைகளை எடுத்து, பெட்டிக்குள்ளே போட்டு பேக் பண்றது எப்படி-ன்னு யாரோ அதுக்குச்

சொல்லித்தந்திருக்காங்க', என்றாள் மேகலா, 'அந்த ப்ரொக்ராமைத் திரும்பத் திரும்ப நிறைவேற்றுகிற கம்ப்யூட்டர் இது.'

'பிரமாதம்', என்று கைதட்டினான் பைனரியான், 'கம்ப்யூட்டரோட அதிமுக்கியமான பகுதி, ப்ராஸஸர்தான், மற்றபடி இன்புட், அவுட்புட் சாதனங்கள் இல்லைன்னாகூட, இந்தமாதிரி ஒரு கம்ப்யூட்டர் பயன்படமுடியும்.'

'எங்க அப்பாவோட கம்ப்யூட்டர்ல விண்டோஸ்-ன்னு என்னவோ வருதே, அது என்ன?', என்றாள் மேகலா.

'அது ஒரு ஸ்பெஷல் ப்ரொக்ராம்', என்றான் பைனரியான், 'ஆபரேட்டிங் சிஸ்டம் (Operating System), அதாவது இயங்கு செயலி-ன்னு தமிழ்ல சொல்லுவோம், சுருக்கமா ஓஎஸ் (OS)'

'ஓஎஸ்? அது என்ன புதுசா?', என்றான் அஷ்வின்.

'புதுசெல்லாம் இல்லை, நாம ஏற்கெனவே பார்த்த விஷயம்தான்', என்றான் பைனரியான், 'ஒரு கம்ப்யூட்டர் இயங்கணும்ன்னா, அதுக்கு வெறும் ப்ராஸஸர் போதும், ஆனால், வெறும் ப்ராஸஸர்மட்டும் உள்ள கம்ப்யூட்டரோட நாம பேசமுடியாது, ஏன்?'

'ஏன்னா, அதில இன்புட், அவுட்புட் சாதனங்கள் இல்லை', என்றாள் ப்ரியா.

'கரெக்ட், இன்புட் சாதனம் இல்லாத கம்ப்யூட்டரோட நாம பேசமுடியாது, அவுட்புட் சாதனம் இல்லாத கம்ப்யூட்டர், நம்மோட பேசமுடியாது', என்று விளக்கமாகச் சொல்லிமுடித்தான் பைனரியான், 'இந்த இன்புட், அவுட்புட் சாதனங்கள், மெமரி எல்லாத்தையும் கட்டுப்படுத்தற விசேஷ ப்ரொக்ராமைதான் ஓஎஸ்-ன்னு சொல்றோம்.'

ப்ரியாவுக்குச் சரியாகப் புரியவில்லை என்பது அவளுடைய முகபாவத்திலேயே தெரிந்தது. மற்றவர்களும் கொஞ்சம

குழப்பத்தோடுதான் உட்கார்ந்திருந்தார்கள். ஆகவே, கொஞ்சம் விளக்கமாகச் சொல்ல ஆரம்பித்தான் பைனரியான்.

'நீங்க ஏதோ ஒரு கம்ப்யூட்டர் மொழியைக் கத்துக்கிட்டு, கீபோர்ட்ல ஒரு ப்ரொக்ராம் டைப் செய்யும்போது, அந்த விஷயத்தை பைனரிக்கு மாற்றி, மெமரியில சேமிக்கணும், சரிதானே?'

'ஆமாம்...'

'அதுக்கப்புறம், நீங்க அந்த ப்ரொக்ராமை இயக்கிப் பார்க்கணும்ன்னு விரும்பும்போது, அதை ஞாபகத்திலிருந்து எடுத்து, முறைப்படி இயக்கணும், சரியான விடைகளை மானிட்டர்ல எழுதிக் காட்டணும், இப்படி கம்ப்யூட்டருக்குள்ளே ஏகப்பட்ட வேலை இருக்கு, இதையெல்லாம் யார் செய்வாங்க?'

புரிந்ததுபோல் உற்சாகமாகக் கை உயர்த்திய அஷ்வின், 'ஓஎஸ்?', என்றான் கொஞ்சம் சந்தேகமாக.

'ஓ, யெஸ்', என்றான் பைனரியான், 'வெறுமனே இன்புட், அவுட்பு, ப்ராஸஸர், ஞாபகங்கள்மட்டும் போதாது, இதையெல்லாம் ஒண்ணாச் சேர்த்து இயங்கவைக்கிறதுக்கு ஒரு ஸ்பெஷல் ப்ரொக்ராம் வேணும், அதுதான் ஓஎஸ்.'

'இதையும் நாமதான் எழுதணுமா?', என்றாள் ப்ரியா.

'ம்ஹூஉம், தேவையில்லை', என்றான் பைனரியான், 'விண்டோஸ் (Windows), யுனிக்ஸ் (Unix), லினக்ஸ் (Linux)ன்னு நிறைய ஓஎஸ் இருக்கு, அதில ஏதேனும் ஒண்ணை ஏற்கெனவே உங்க கம்ப்யூட்டர்ல நிரப்பியிருப்பாங்க, அந்த ஓஎஸ்-ஸை எப்படிச் சிறப்பாப் பயன்படுத்திக்கறது-ன்னு நமக்குத் தெரிஞ்சாப் போதும்.'

'ப்ரொக்ராம் எழுதறதுக்கும், கம்ப்யூட்டரைப் பயன்படுத்தறதுக்கும் கீபோர்ட், மவுஸ்தவிர வேற இன்புட் சாதனங்கள் ஏதாவது இருக்கா?', ஆர்வத்தோடு கேட்டான் அஷ்வின்.

'ஓ, நிறைய இருக்கு', என்றான் பைனரியான், தனது மந்திரக் கோலால் திரையில் வெவ்வேறு புதிய இன்புட் சாதனங்களை வரவழைத்தான் அவன், 'எலக்ட்ரானிக் பேனா (Electronic Pen), தொடு திரை (Touch Screen) இப்படி இன்னும் ஏகப்பட்ட இன்புட் சாதனங்கள் உண்டு, ஆனா, இதிலே ரொம்பப் பிரபலமானது கீபோர்டும் மவுஸ்ம்தான்.'

'அப்போ, அவுட்புட் சாதனங்கள்?'

'அதிலயும் மானிட்டர்தான் ரொம்பப் பிரபலம், இதேபோல பிரிண்டர்(Printer)ங்கற அச்சடிக்கும் சாதனமும் உண்டு. நாம எழுதற ப்ரொக்ராமோட விடையை, காகிதத்தில அச்சடிச்சுக் காண்பிக்கும் இது.'

'கம்ப்யூட்டர்ல வேற ஸ்பெஷலான சாதனங்கள் என்ன இருக்கு?', என்றாள் மேகலா.

'மெமரிக்கு சிடி, அதாவது குறுந்தகடு இருக்கு', என்றான் பைனரியான், 'நீங்ககூட பார்த்திருப்பீங்க, உள்ளங்கை அகலம்தான் இருக்கிற ஒரு சிடி-யில, ஏகப்பட்ட தகவல்களை பத்திரமா சேமிச்சு வெச்சுக்கலாம்.'

'சிடியில நாங்க கார்ட்டூன் படம் பார்ப்போமே', என்றாள் ப்ரியா, 'அதுக்கும் கம்ப்யூட்டருக்கும் என்ன சம்பந்தம்?'

'நீங்க பார்க்கிற கார்ட்டூன் படங்கள், ஏதோ ஒரு கம்ப்யூட்டரால தயார் செய்யப்பட்டிருக்கும்', என்றான் பைனரியான், 'அப்புறம், அந்தக் கம்ப்யூட்டரோட ஞாபகத்திலிருந்து, சிடி-யோட ஞாபகத்தில அந்தப் படங்களை நிரப்பிக் கொடுத்திருக்காங்க, நீங்க அதைப் பார்த்து ரசிக்கறீங்க.'

இப்படி அவன் பேசிக்கொண்டிருக்கும்போதே, மேலே உயரத்தில சில குரல்கள் கேட்டன, 'அஷ்வின், ப்ரியா, மேகலா, குண்டு பூபதி, எங்கேடா திடீர்ன்னு காணாமபோய்ட்டீங்க?'

சட்டென்று எழுந்துகொண்டான் பைனரியான், 'ஃப்ரெண்ட்ஸ், நீங்க கிளம்பவேண்டிய நேரம் வந்தாச்சு!'

10. நல்ல சிநேகிதன்

முன்பு அவர்களைக் கீழே இறக்கிவந்த சறுக்குமரம், இப்போது அஷ்வின், குண்டு பூபதி, ப்ரியா, மேகலா நால்வரையும் உட்கார வைத்துக்கொண்டு மேலே ஏறிச் செல்லத் தயாராக நின்றது.

எல்லோரும் பைனரியானிடம் அழாக்குறையாக விடை பெற்றுக்கொண்டார்கள், 'கவலைப்படாதீங்க, நாம அடிக்கடி சந்திக்கலாம்', என்று அவர்களுக்கு உறுதி சொன்னான் அவன்.

'அது எப்படி?', என்று புரியாமல் விசாரித்தாள் மேகலா.

'அடுத்த வருஷத்திலிருந்து, உங்களுக்கு கம்ப்யூட்டர் க்ளாஸ் இருக்கு', என்றான் பைனரியான், 'உங்க டீச்சர் சொல்லித்தர்றதையெல்லாம் நல்லாக் கத்துக்கோங்க, கம்ப்யூட்டரைப் பயன்படுத்திப் பார்த்து நல்ல சிநேகிதனாக்கிக்கோங்க.'

'ஆமாம் ஆமாம்', என்று ஆமோதித்தபடி பைனரியானுக்குப் பின்னாலிருந்து கம்ப்யூட்டர் முயல் எதிர்ப்பட்டது, 'கம்ப்யூட்டர்ல உங்களுக்கு ஏதாவது டவுட்-ன்னா, உடனே இங்கே வாங்க, எங்க மஹாராஜா எல்லாம் சொல்லித்தருவார்.'

இப்படிச் சொல்லிவிட்டு, தன் முதுகிலிருந்த கம்ப்யூட்டரை முன்னே இழுத்து, படபடவென்று ஏதோ டைப் செய்தது அந்த முயல், உடனே சறுக்கு மரம் மெதுவாக மேலே செல்லத் தொடங்கியது.

'டாட்டா பை பை', என்று பைனரியானிடமும் முயலிடமும் விடை பெற்றுக்கொண்டு, நண்பர்கள் நால்வரும் மேலே இருக்கிற தங்கள் உலகத்தை நோக்கி நகர ஆரம்பித்தார்கள்.

முன்புபோலவே குகையில் திடீரென்று இருட்டு படர்ந்தது, அடுத்த சில நிமிடங்களில் அவர்கள் எல்லோரும் பழைய பூங்காவில் சென்று இறங்கினார்கள். சுற்றிலும் அவர்களுடைய நண்பர்கள் அவர்களைத் தேடிக்கொண்டிருப்பது தெரிந்தது.

'ஹாய்', என்று அஷ்வின் சத்தமாகக் குரல் எழுப்பியதும், 'எங்கடா காணாம போய்ட்டீங்க?' என்றபடி எல்லோரும் அவர்களை நோக்கி வந்தார்கள்.

'பந்தைத் தேடிக்கிட்டு வந்தோம்', என்றான் அஷ்வின், 'பந்தும் கிடைச்சது, நல்ல பாடமும் கிடைச்சது', என்றான்.

அவன் என்ன சொல்கிறான் என்று மற்றவர்கள் யாருக்கும் புரியவில்லை. ஆனால், கம்ப்யூட்டர் ஞானம் பெற்ற நண்பர்கள் நான்கு பேர்மட்டும், தங்களுக்குள் ரகசியமாகச் சிரித்துக்கொண்டார்கள். சம்மர் லீவ் முடிந்து, தொடங்கப்போகும் பள்ளியை, மேலும் அதிக ஆர்வத்தோடு எதிர்பார்க்கத் தொடங்கியிருந்தார்கள் அவர்கள்.

பைனரியானைப்போலவே, புதிய பாடமாக வரப்போகும் கம்ப்யூட்டரும் அவர்களுக்கு ஒரு நல்ல சிநேகிதனாக இருக்கும், இன்னும் நிறைய நிறைய பாடம் கற்றுத்தந்து, வாழ்க்கையில் மேலே உயர்த்தும்!

தெளிவான எழுத்தும் ஆழமான ஆய்வும் நிறைந்த நூல்களுக்காகத் தமிழ் வாசகர்களிடையில் நன்கு அறியப்பட்டுள்ள என். சொக்கன் புனைவு, வாழ்க்கை வரலாறு, நிறுவன வரலாறு, தன்னம்பிக்கை, சிறுவர் இலக்கியம் உள்ளிட்ட துறைகளில் இதுவரை எழுபதுக்கும் மேற்பட்ட நூல்கள், நூற்றுக்கணக்கான கதைகள், கட்டுரைகளை எழுதியுள்ளார். விரிவான ஆய்வுகள், சான்றுகளின் அடிப்படையிலான ஆழமான வரலாற்று நூல்களைத் தமிழில் எழுத இயலும், அவற்றைப் பெரும்பான்மை வாசகர்களுக்குக் கொண்டுசேர்க்கவும் இயலும் என்பதைப் பலமுறை நிரூபித்த எழுத்து வகை இவருடையது.

தமிழ், ஆங்கிலம் ஆகிய இரு மொழிகளிலும் எழுதும் சொக்கனுடைய நூல்கள் ஹிந்தி, கன்னடம், மலையாளம் உள்ளிட்ட பல மொழிகளில் மொழிபெயர்ப்பாகியுள்ளன.